AF741605

കൃഷ്ണൻ നടുവലത്ത്

കണ്ണൂർ ജില്ലയിലെ ചെറുതാഴം സ്വദേശി.
അച്ഛൻ : പരേതനായ വടക്കൻ ഗോവിന്ദൻ നായർ.
അമ്മ : പരേതയായ നടുവലത്തു പാർവതി അമ്മ.

കോഴിക്കോട് സർവകലാശാലയിൽ നിന്നും മലയാള സാഹിത്യത്തിൽ ബിരുദാനന്തര ബിരുദം നേടി.

ഹരിതപുരത്തെ ഏകാകി, ഓരോന്നിങ്ങനെ, ഏറ്റവും പ്രിയങ്കരനായ ശത്രുവിനോട് ഇത്രമാത്രം, അറ്റുവീഴുന്നുണ്ട് ഉച്ചവെയിൽ വിരലുകൾ, കക്ക പെറുക്കുന്ന കുട്ടി, കരുതൽ, രാത്രി വരും മുമ്പ്, വെയിലൽപം പുഞ്ചിരിക്കവേ, പൂമ്പാറ്റ സൂര്യകാന്തിയോടിങ്ങനെ എന്നീ കവിതാ സമാഹാരങ്ങളും പുലിമട, അറത്തിപ്പറമ്പ്, ഒരു മേഘ ജ്യോതിസ്സുപോലെ എന്നീ നോവലുകളും രചിച്ചു.

സംസ്ഥാന വിദ്യാഭ്യാസ വകുപ്പിന്റെ വിദ്യാരംഗം അവാർഡ്, അധ്യാപക കല സാഹിത്യ സമിതി അവാർഡ്, തുളുനാട് നോവൽ അവാർഡ്, സാഹിത്യത്തിലെ സമഗ്ര സംഭാവനയ്ക്കുള്ള തുളുനാട് അവാർഡ്, സാഹിത്യത്തിലെ സമഗ്ര സംഭാവനയ്ക്കുള്ള ഡൽഹി പഞ്ചവാദ്യം ട്രസ്റ്റിന്റെ പുരസ്കാരം തുടങ്ങിയവ ലഭിച്ചിട്ടുണ്ട്. കനൽ വരമ്പുകൾ, മാധവം, ഭഗത്സിങ്ങ്, തുടങ്ങിയ സംഗീത ശില്പങ്ങൾ, മുന്നൂറോളം ഗാനങ്ങൾ, ഉച്ച സൂര്യന്റെ ശീർഷം എന്ന നാടകം, ശ്യാമ മാധവ പഠനമായ പീഡിത സത്തയുടെ പിൻ നോട്ടങ്ങൾ തുടങ്ങിയവയുടെയും രചയിതാവാണ്. ഇപ്പോൾ ക്ഷേത്ര കലാ അക്കാദമി സെക്രട്ടറിയായി പ്രവർത്തിക്കുന്നു.

ഭാര്യ : ധനലക്ഷ്മി.പി.വി

മക്കൾ : നിവേദ് കൃഷ്ണൻ
അമൃത് കൃഷ്ണൻ

വിലാസം : 'നിറവ്', ചെറുതാഴം സെന്റർ
പി.ഒ.മണ്ടൂർ, കണ്ണൂർ,670501

Mob : 9847510589, 8606510589
Email : naduvalathkrishnan@gmail.com

Malayalam Language
Sadaram Soumithri
(Kavyakhyayika)
by
Krishnan Naduvalath

Published in September 2022
by Kairali Books Private Limited
Thalikkavu Road, Kannur.
Ph : 0497-2761200
E-Mail : kairalibooksknr@gmail.com

Illustrations
Sreekumar Eramam

Cover Design
Prasanth Mangad

© All rights reserved
No part of this publication may be reproduced, stored in or introduced into a retrieval system, or transmitted, in any form, or by any means, electronic, mechanical, photocopying, recording or otherwise without the prior written permission of the publisher.

Price : 160.00
40/22-23/Sl.No.1345/300/NS 18.6
ISBN 978-93-49727-94-6

സാദരം സൗമിത്രി

(കാവ്യാഖ്യായിക)

കൃഷ്ണൻ നടുവലത്ത്

കൈരളി ബുക്സ്

ഉള്ളടക്കം

അവതാരിക

ഡോ.കെ.എസ്.രവികുമാർ

ഇന്ത്യയുടെ സമൂഹ മനസ്സിൽ ആഴത്തിൽ പതിഞ്ഞുകിടക്കുന്ന ഒരു മിത്ത് (myth) ആണ് രാമ കഥ.ആയിരക്കണക്കിന് വർഷങ്ങളായി ഇന്ത്യയിലും സമീപസ്ഥങ്ങളായ പല ഏഷ്യൻ നാടുകളിലും രാമായണത്തിന്റെ കഥ ജനങ്ങളുടെ മാനസികജീവിതത്തെ നിർണയിക്കുന്ന സജീവമായ ഒരു സാംസ്കാരികഘടകമാണ്.ഇന്ത്യയിലെന്നപോലെ രാമകഥയ്ക്ക് പ്രചാരം ലഭിച്ചിട്ടുള്ളരാജ്യങ്ങളിൽ ഇന്തോനേഷ്യ, തായ് ലന്റ്, ചൈന, നേപ്പാൾ, മ്യാൻമർ, ശ്രീലങ്ക തുടങ്ങിയവ ഉൾപ്പെടുന്നു. അതതു നാടുകളുടെ തനതു സംസ്കാരങ്ങളോടു ബന്ധപ്പെട്ട നിലയിലുള്ള ചെറിയ ചെറിയ വ്യതിയാനങ്ങളോടെ അവിടെയെല്ലാം രാമകഥ പ്രചാരത്തിലുണ്ട്.

ഈ നാടുകളിലെല്ലാം ഗാന നൃത്തകലകളിലും സാഹിത്യത്തിലുമൊക്കെ രാമായണത്തിന്റെ ശക്തമായ മുദ്ര പതിഞ്ഞു കിടപ്പുണ്ട്. അതിനുമപ്പുറം ജനങ്ങളുടെ ഭൌതിക ജീവിതത്തെയും ആന്തരിക ജീവിതത്തെയും ശക്തമായ നിലയിൽ സ്വാധീനിക്കുന്ന ഒരു ഘടകമായി അത് പ്രവർത്തിക്കുന്നു. ഇന്ത്യയിലാകട്ടെ രാമായണത്തിന്റെ ജന ജീവിതത്തിലുള്ള സ്വാധീനതയുടെ ആഴവും വ്യാപ്തിയും ഒരു നിലയിലും അളക്കാനാവാത്ത വിധം വിപുലവും വിശാലവുമാണ്. നിത്യ ജീവിതത്തിൽ അത് ഗാഢമായ ഒരു സാന്നിദ്ധ്യമായി വർത്തിക്കുന്നു.വ്യക്തി നാമങ്ങളിലും സ്ഥല നാമങ്ങളിലുമൊക്കെ രാമായണ സംസ്കാരം പ്രതിഫലിക്കുന്നതു കാണാം.സാഹിത്യത്തിലും കലകളിലുമായി അതിന് ആയിരമായിരം ആവിഷ്കാരങ്ങളുണ്ടായി. ഇതിഹാസങ്ങൾ മുതൽ പ്രാദേശികൈതിഹ്യങ്ങൾ വരെ രാമകഥ പടർന്നു കിടക്കുന്നു. ദേശിയും മാർഗിയുമായ രംഗകലകളിലും ചിത്രശില്പകലകളിലും സംഗീതത്തിലുമെല്ലാം രാമകഥാവിഷ്കാരങ്ങൾ ചിതറിക്കിടക്കുന്നു. അത്രമാത്രം വ്യാപകമാണ് രാമായണത്തിന്റെ സ്വാധീനത.

സംസ്കൃത ഭാഷയിലെ ആദികാവ്യമായി കരുതപ്പെടുന്നത് വാല്മീകി രാമായണമാണ്. അത് എഴുതപ്പെടുന്നതിനും എത്രയോ

മുമ്പ് രാമകഥയുടെ നാട്ടുമൊഴിവഴക്കത്തിലുള്ള പലതരം ആവിഷ്കാരങ്ങളുണ്ടായിട്ടുണ്ട്. കേവലമൊരു സാഹിത്യകൃതി എന്നതിൽ കവിഞ്ഞ് ഇന്ത്യൻ ജനതയുടെ സാംസ്കാരിക ജീവിതത്തെ തന്നെ രൂപപ്പെടുത്തിയതിൽ രാമായണത്തിന് നിർണ്ണായകമായ പങ്കുണ്ട്. രാമായണത്തോടു ബന്ധിപ്പിച്ച നിരവധി പ്രാദേശികവും ദേശീയവുമായ ഐതിഹ്യങ്ങൾ തന്നെയുണ്ട്. വാല്മീകി രാമായണത്തെ തുടർന്ന് സംസ്കൃതഭാഷയിലുണ്ടായിട്ടുള്ള കാവ്യങ്ങളും നാടകങ്ങളുമൊക്കെ വലിയൊരളവോളം ഇതിഹാസങ്ങളായ രാമായണം, മഹാഭാരതം എന്നിവയിൽ നിന്നുള്ള ഇതിവൃത്തങ്ങളെ ആധാരമാക്കിയുള്ളവയാണ്. അക്കൂട്ടത്തിൽ വിപുലമായ ഒരു വിഭാഗം രാമകഥയിൽ നിന്ന് ഇതിവൃത്തം സ്വീകരിച്ച് രചിച്ചിട്ടുള്ളവയാണ്. പത്തൊൻപതാം നൂറ്റാണ്ടോടെ പശ്ചാത്യ ഭാഷകളുമായി, വിശേഷിച്ച് ഇംഗ്ലീഷുമായുള്ള സമ്പർക്ക ഫലമായി നവീന സാഹിത്യവിഭാഗങ്ങൾ രൂപപ്പെടുന്നതു വരെ ഭാരതീയ ഭാഷകളിൽ ഉണ്ടായിട്ടുള്ള സാഹിത്യ കൃതികളിൽ മിക്കതിന്റെയും കഥാവസ്തു ഇതിഹാസങ്ങളിൽ നിന്നുള്ളവയായിരുന്നു.

അതിനു മുമ്പ് ഇന്ത്യയിൽ രൂപപ്പെട്ട മിക്കവാറും പ്രദേശിക ഭാഷാസാഹിത്യങ്ങളുടെയും ആദ്യാങ്കുരങ്ങൾ രാമകഥാകാവ്യങ്ങളിലൂടെയാണ് ഇലവിരിഞ്ഞ് പടർന്നു വളർന്ന് വലുതായത്. ഇതിഹാസപുരാണങ്ങളെ ഉപജീവിച്ചുണ്ടായവയാണ് ഏതാണ്ട് ഇരുപതാം നൂറ്റാണ്ടിന്റെ ആദ്യപാദം പിന്നിടുന്നതുവരെയുള്ള ഇന്ത്യൻ ഭാഷകളിലെ സർഗ്ഗാത്മക സാഹിത്യകൃതികളിൽ ബഹുഭൂരിപക്ഷവും. മലയാളത്തിന്റെ വഴിയും ഇതിൽ നിന്ന് ഭിന്നമല്ല. മലയാളത്തിലെ ആദ്യത്തെ സാഹിത്യ കൃതിയായി കണക്കാക്കപ്പെടുന്ന രാമചരിതം അതിന്റെ തുടക്കത്തിലുണ്ട്. പിന്നാലെ കണ്ണശ്ശ രാമായണവും എഴുത്തച്ഛന്റെ അദ്ധ്യാത്മരാമായണം കിളിപ്പാട്ടും രചിക്കപ്പെടുന്നു. എഴുത്തച്ഛന്റെ രാമായണം നിലവാരപ്പെട്ടതും ഇന്നും സ്വീകാര്യവുമായ ഒരു കാവ്യഭാഷ മലയാളത്തിന് പ്രദാനം ചെയ്തു. അതിനപ്പുറം അത് അന്നത്തെ സാക്ഷരരായ മലയാളി സമൂഹത്തിന് ജീവിതബോധവും മൂല്യസങ്കല്പങ്ങളും പകർന്നു നല്കി. പിന്നെയും വിവർത്തനങ്ങളും പുനരാഖ്യാനങ്ങളുമായി നിരവധി രാമായണ കാവ്യങ്ങൾ മലയാളത്തിൽ പിറവിയെടുത്തു. ഭാഷാരാമായണചമ്പുവും കഥകളി സാഹിത്യത്തിന്റെ തുടക്കം കുറിച്ച കൊട്ടാരക്കരത്തമ്പുരാന്റെ രാമായണവും മറ്റും അതിൽപ്പെടുന്നു.

ആധുനികഘട്ടത്തിലും ഇതിഹാസോപജീവികളായ രചന

കൾ ഉണ്ടായിട്ടുണ്ട്. എന്നാൽ പഴയ മട്ടിൽ ഒരു ഇതിഹാസ കഥയെ യോ കഥാസന്ദർഭത്തെയോ അപ്പാടെയെടുത്ത് പുനരവതരിപ്പിക്കുന്ന രീതിയല്ല ആധുനിക ഘട്ടത്തിൽ ഉണ്ടായത്. ആ കാവ്യധാര വിക സിച്ചു വന്നത് പുതിയ കാലത്തോടും ഭാവുകത്വത്തോടും പ്രതി സ്പന്ദിച്ചു കൊണ്ടാണ്. പുതിയ കാലത്തിന്റെ കാഴ്ചപ്പാടുകൾക്കനു സരിച്ചുള്ള പുനർ വ്യാഖ്യാനത്തിന്റെ സ്വരം അങ്ങനെ രചിക്കപ്പെട്ട മിക്ക കൃതികളിലും കാണാൻ കഴിയും. ഒരു നൂറ്റാണ്ടു മുമ്പ് പ്രസി ദ്ധീകരിക്കപ്പെട്ടതാണെങ്കിലും, ഇന്നും നമ്മുടെ സാഹിത്യ രംഗത്ത് ചലനങ്ങൾ ഉണ്ടാക്കിക്കൊണ്ടിരിക്കുന്ന കുമാരനാശാന്റെ വിശ്രുത കാവ്യമായ ചിന്താവിഷ്ടയായ സീത തന്നെ ഉദാഹരണം. രാമായ ണാന്തർഗതമായ ഒരു സന്ദർഭത്തെ കവി സ്വകീയമായ നിലപാ ടിൽ നിന്നുകൊണ്ട് വ്യാഖ്യാനാത്മകമായി പുനരവതരിപ്പിക്കുന്ന വി ശിഷ്ട കൃതിയാണത്. ആ പാരമ്പര്യം വൈലോപ്പിള്ളിയുടെ ഉജ്ജ്വല മുഹൂർത്തം, സുഗതകുമാരിയുടെ പാദപ്രതിഷ്ഠ, പുതുശ്ശേരി രാമച ന്ദ്രന്റെ പാവക്കൂത്ത് തുടങ്ങി ഒട്ടേറെ കൃതികളിലൂടെ മുന്നോട്ടു പോ യി. അതുപോലെ തന്നെ രാമായണത്തിലെ ഇതിവൃത്തത്തെ മുൻ നിർത്തി ആധുനിക കാലത്ത് മലയാളത്തിലുണ്ടായ ഗണനീയമായ കൃതികളാണ് സി.എൻ. ശ്രീകണ്ഠൻ നായർ രചിച്ച കാഞ്ചനസീത, സാകേതം, ലങ്കാലക്ഷ്മി എന്നീ നാടകങ്ങൾ.

കുമാരനാശാന്റെ ചിന്താവിഷ്ടയായ സീതയുടെ ശതാബ്ദി 2019ൽ ആഘോഷിച്ച സന്ദർഭത്തിൽ മലയാളത്തിൽ രാമായണത്തെ മുൻ നിർത്തിയുള്ള നിരവധി ചർച്ചകൾ നടന്നു. പുതിയ കാലത്തി ന്റെയും ആശയ ലോകത്തിന്റെയും പശ്ചാത്തലത്തിൽ സമകാലിക മായ രാഷ്ട്രീയ സന്ദർഭത്തിന്റെ അടിസ്ഥാനത്തിൽ രാമായണത്തെ പൊതുവിലും ചിന്താവിഷ്ടയായ സീതയെ വിശേഷിച്ചും വിശകല നം ചെയ്യുകയും വിലയിരുത്തുകയും ചെയ്യുന്ന നിരവധി ചർച്ചകളും സംവാദങ്ങളുമുണ്ടായി. ലേഖനങ്ങളും പുസ്തകങ്ങളുമുണ്ടായി.ആ പശ്ചാത്തലത്തിൽ രചിക്കപ്പെട്ടതാണ് സാദരം സൗമിത്രി എന്ന ഈ ഖണ്ഡകാവ്യം എന്നു തോന്നുന്നു. അതെന്തായാലും രാമായണം എന്ന അക്ഷയ ഖനി ഇപ്പോഴും സർഗ്ഗാത്മകതയെ ഉണർത്തുന്ന ഊർ ജ്ജസ്രോതസ്സായി എഴുത്തുകാരെ പ്രചോദിപ്പിച്ചു കൊണ്ടിരിക്കുന്നു. അതിന്റെ തെളിവാണ് കൃഷ്ണൻ നടുവലത്തിന്റെ സാദരം സൗമിത്രി എന്ന ഈ രചനയും.

രാമായണം രാമന്റെയും സീതയുടെയും മാത്രം കഥയല്ല. അത്രത്തോളം പ്രകാശത്തിലേക്ക് വരാൻ ഇടകിട്ടാത്ത നിരവധി വ്യ ക്തിത്വമുള്ള കഥാപാത്രങ്ങൾ ആ ഇതിഹാസത്തിലുണ്ട്. അവരിൽ

പലരും ജീവിത സംഘർഷങ്ങളുടെ തീവ്രവേദന അനുഭവിച്ചവരാണ്. മഹാസങ്കടങ്ങളുടെ വൻകടലുകൾ ഉള്ളിൽ ഒതുക്കി ജീവിച്ചവരാണ്. പക്ഷേ, ഇതിഹാസകാരൻ രാമന്റെയും സീതയുടെയും ജീവിതത്തിൽ കേന്ദ്രീകരിച്ചപ്പോൾ ഇങ്ങനെയുള്ളവരിലേക്ക് കൂടുതൽ വെളിച്ചം ചൊരിയാൻ വിട്ടുപോയി. നായക കേന്ദ്രിതമായ ഒരു ഇതിഹാസത്തിൽ അതു സാധ്യമായിരുന്നില്ലതാനും. മുഖ്യ കഥാപാത്രങ്ങളെ കേന്ദ്രീകരിച്ച് നടത്തുന്ന രചനകളിൽ മറ്റുള്ള എല്ലാ കഥാ പാത്രങ്ങളെയും തുല്യപ്രാധാന്യത്തോടെ ആവിഷ്കരിക്കുക സാധ്യമല്ലല്ലോ. മനുഷ്യാവസ്ഥയുടെ പ്രകാര ഭേദങ്ങളെ വെളിവാക്കുന്ന വൈചിത്ര്യം നിറഞ്ഞ ജീവിത മുഹൂർത്തങ്ങളെയും വാഴ്വിന്റെ നിശിത ഭാവങ്ങളെയും തെളിയിച്ചെടുക്കാൻ കഴിയുന്ന അത്തരം കഥാപാത്രങ്ങളെ പിൽക്കാല കവികൾ കണ്ടെത്തി. അങ്ങനെ ആദി കവി മൗനം പാലിച്ച ഇടങ്ങളിൽ തൂലിക തൊട്ട്, നിഴലിൽ നിന്നിരുന്ന കഥാപാത്രങ്ങളെ കേന്ദ്രീകരിച്ചുള്ള രചനകൾ പലതും പിൽക്കാല കവികൾ നടത്തി. ആ പരമ്പരയിൽ ഉൾപ്പെടുത്താൻ കഴിയുന്ന ഒരു പുതിയ കൃതിയാണ് സാദരം സൗമിത്രി.

ശ്രീരാമന്റെ നിഴലായി ജീവിച്ച ലക്ഷ്മണന്റെ ജീവിതാന്ത്യം ദുഃഖമയമായിരുന്നു. അന്ത്യത്തിനു തൊട്ടു മുമ്പുള്ള മുഹൂർത്തത്തിൽ നിന്നുകൊണ്ട് ലക്ഷ്മണൻ നടത്തിയ ആത്മനിവേദനങ്ങളുടെ മട്ടിൽ എഴുതിയിട്ടുള്ള രചനയാണിത്. സുമിത്രാതനയനായ ലക്ഷ്മണൻ ബാല്യം മുതലേ കൗസല്യാപുത്രനായ ജ്യേഷ്ഠൻ ശ്രീരാമനോടാണ് അടുപ്പം പുലർത്തിയിരുന്നത്. വളരുംതോറും ആ അടുപ്പവും വദ്ധിച്ചു വന്നു.അങ്ങനെ ജീവിതകാലമത്രയും ജ്യേഷ്ഠന്റെ നിഴലായാണ് ലക്ഷ്മണൻ ജീവിച്ചത്. വിവാഹിതനായെങ്കിലും സ്വന്തമായ ഒരു കുടുംബജീവിതം നയിക്കുന്നതിനെക്കാൾ ജ്യേഷ്ഠന്റെ ജീവിതത്തിന് പിന്തുണ നൽകി ദീർഘകാലം കാട്ടിലും മേട്ടിലും യുദ്ധക്കളത്തിലും മറ്റും ഒപ്പം കഴിയാനാണ് സൗമിത്രി തുനിഞ്ഞത്. അങ്ങനെ ഘോര കാന്താരങ്ങളിലും ഭീതിദമായ യുദ്ധഭൂമിയിലുമെല്ലാം ശ്രീരാമന്റെ സഹായിയും കാവലാളുമായി ലക്ഷ്മണൻ പത്നിയെ പിരിഞ്ഞ് ദീർഘനാൾ കഴിഞ്ഞു. പൂർണമായും ജ്യേഷ്ഠനെ അനുസരിച്ചു ജീവിച്ചതിനാൽ ലക്ഷ്മണന് പലപ്പോഴും സ്വന്തം മനഃസാക്ഷിക്ക് വിരുദ്ധമായിപ്പോലും പ്രവർത്തിക്കേണ്ടി വന്നിട്ടുണ്ട്. അതേക്കുറിച്ച് ഈ കാവ്യത്തിൽ ലക്ഷ്മണന്റെ ആത്മഗതം ഇങ്ങനെ,

നിന്നിലപ്പുറം ലോകമില്ലാത്തവൻ
നിന്റെ വാക്കാൽ പ്രപഞ്ചം നിറച്ചവൻ
എങ്ങു നിൽക്കണം എന്തു വാക്കോതണം

എന്നതൊക്കെയും നിന്റേതാം നിശ്ചയം
നിന്റെ വാക്കിന്റെയൂക്കായ് പടർന്നവൻ
നിന്റെയായുധമൂർച്ചയായ് മാറിയോൻ
നിന്റെ കണ്ണിനാൽ സൂര്യനെക്കണ്ടവൻ
നിന്റെ കൈകളായ് പാദമായ് നിന്നവൻ
അന്യചിന്തകളൊക്കെ വിലക്കിയെ-
ന്നന്തരേന്ദ്രിയം നിന്നാൽ വിളക്കിയോൻ

ഈ നിലയിലുള്ള ബന്ധമാണ് രാമലക്ഷ്മണന്മാർ തമ്മിലുണ്ടായിരുന്നത്. എന്നാൽ അങ്ങനെ തന്നോട് അന്ധമെന്നു പോലും പറയാവുന്ന കൂറു പുലർത്തിയ ലക്ഷ്മണനെ ജീവിതാന്ത്യത്തിൽ രാമൻ തിരസ്കരിക്കുകയാണ്. വേദന നിറഞ്ഞ ആ സന്ദർഭത്തിൽ നിന്നുകൊണ്ട് തന്റെ കഴിഞ്ഞുപോയ ജീവിതത്തെ ലക്ഷ്മണൻ അവലോകനം ചെയ്യുന്ന മട്ടിൽ എഴുതിയിട്ടുള്ള ഇതിഹാസാസ്പദമായ കാവ്യമാണിത്.

അത്തരമൊരു ആത്യന്തിക സന്ദർഭത്തിൽ നിന്നുകൊണ്ട് തന്റെ ജീവിതവുമായി ബന്ധപ്പെട്ടവർ ഓരോരുത്തരെയും വിളിച്ച് മനസ്സാ യാത്ര പറയുകയാണ് ലക്ഷ്മണൻ. രാമനും സീതയും പത്നി ഊർമ്മിളയുംപിതാവും മാതാക്കളും തുടങ്ങി ഒട്ടേറെപ്പേരോടുള്ള കുറ്റസമ്മതവും പശ്ചാത്താപവും വിടവാങ്ങലും അതിലടങ്ങിയിരിക്കുന്നു. ഭർത്താവെന്ന നിലയിൽ താൻ നീതിപുലർത്താതിരുന്ന പത്നി ഊർമ്മിളയോടുള്ള മനസ്സുതുറക്കൽ നോക്കൂ.

അമലേ,യൂർമ്മിള, മൽപ്രിയേ നിൻ
അതിമൗനത്തിൻ മനമെത്രയോയുദാത്തം
ഒരുമാത്ര മറുത്തു വാക്കു ചൊല്ലാൻ
മുതിരാത്തുന്നത ചിത്തമെത്ര ധന്യം
അറിയാം നിന്നിലുയിർത്തിരുന്നു മോഹം
അനുഗമനത്തിനു കാന്തനോടു ചേരാൻ
ഒരു വാക്കിവനോതിയില്ലയെന്നു-
ള്ളപരാധാഗ്നിയിൽ വെന്തിടുന്നുവുള്ളം.

എന്നു മാത്രമല്ല, തന്റെ കുറ്റസമ്മതമെന്നപോലെ ആ ഭാഷണത്തിന്റെ അന്ത്യത്തിൽ ലക്ഷ്മണൻ ഇങ്ങനെ കൂട്ടിച്ചേർക്കുകയും ചെയ്യുന്നു.

മൃദുഭാഷിണി, ത്യാഗമാം ധനം താൻ

വരമായ് നേടിയ ജന്മപുണ്യമേ നീ
കനിവാർന്നു പൊറുക്കുകോമനേ
പുനർജന്മത്തിലിവൻ തിരുത്തിടാം.

വനവാസ കാലത്ത് ജ്യേഷ്ഠന്റെ ബഹിശ്ചരപ്രാണനെപ്പോലെ വർത്തിച്ച അനുജൻ ലക്ഷ്മണനെയും, അന്തർവത്നിയായ പത്നി സീതയെ ഉപേക്ഷിച്ചതു പോലെ നിഷ്കരുണം തിരസ്ക്കരിക്കുകയാണ് ശ്രീരാമൻ. ആ സ്ഥിതിയിൽ തങ്ങളിരുവരുടെയും അവസ്ഥയെ സമീകരിച്ചു കൊണ്ട് സീതയെ അഭിസംബോധന ചെയ്ത് ലക്ഷ്മണൻ പറയുന്നു.

നമ്മളിരുവരും തുല്യ-
ദുഃഖിതർ പാതി വെന്തവർ
വഴിമദ്ധ്യേയുറ്റവന്റെ
തിരസ്കാരം വരിച്ചവർ.
കണ്ടതില്ല ഭൂമിപുത്രീ
നിന്റെ കണ്ണിലെയശ്രുനീർ
ഇവനെന്നും പിന്നിലല്ലോ
മുറപോലെ നടപ്പവൻ.

ഇങ്ങനെ താനുമായി ബന്ധപ്പെട്ട ഓരോരുത്തരെയും അഭിസംബോധന ചെയ്ത് സൗമിത്രി നടത്തുന്ന ആത്മ നിവേദനത്തിന്റെ ആവിഷ്കാരത്തിലൂടെയാണ് കാവ്യത്തിന്റെ പുരോഗതി. ഒടുവിൽ ജലസമാധിയ്ക്ക് സന്നദ്ധനായി സരയൂനദിയോട് അപേക്ഷിക്കുന്നു.

അരിയ കുഞ്ഞോളമായ് വന്നു നീയെന്റെ-
യഴലുടൽ നിൻ മടിത്തട്ടിലേറ്റുക,
അഭയമെന്നുമൊരമ്മ പോൽ ബാല്യത്തി-
ലരുളിയ പോയ നാൾകളോർക്കുന്നിവൻ,
മൃദുലമാം നിന്റെയോളവിരൽകളാൽ
തഴുകിയ സ്നേഹലാളനമോർപ്പു ഞാൻ.
അതുസമം മാത്രമെന്നെ നിൻ മാറിനോ-
ടണയുവാനിവന്നേകൂ,സ്തന്യാമൃതം.
ക്ഷിതിയിലീയുള്ളവന്നായ് വിരോധിച്ച
സുഖസുഷുപ്തിയും സ്വപ്നരാഗങ്ങളും
സരളസൗഭാഗ്യസാരസർവ്വസ്വവും
സകലപേർക്കും കനിഞ്ഞരുളേണമേ

എന്നാണ് ആ സന്ദർഭത്തിൽ ലക്ഷ്മണന്റെ പ്രാർത്ഥന. ഒപ്പം

തന്റെ ജീവിത വഴിയിലെ തണലും വെളിച്ചവും ആയിരുന്നവരോടെ ല്ലാം വിട പറയുന്നു.

കദനജീവിതപാതയിലെന്നുമെൻ
വഴിതെളിച്ച മൽ മാതൃപാദങ്ങളേ
തനയശോകനായമരനാം താതനേ
സുകൃതമായുള്ള ഗുരുവാം വസിഷ്ഠനേ
ഉടലെടുത്ത വാത്സല്യം സുമന്ത്രരേ
സകലസാക്ഷിയാമാദിത്യദേവനേ
സകലലോകസംരക്ഷകാ രാഘവാ
സദയമെന്നെയിനി യാത്രയാക്കീടണേ..

ഇങ്ങനെ മാതാപിതാക്കൾക്കും ഗുരുജനങ്ങൾക്കും സകല സാക്ഷിയായ ആദിത്യ ദേവനും ഏറ്റവും ഒടുവിൽ സകല ലോക സംരക്ഷകനായ രാഘവനും യാത്രാമൊഴി അർപ്പിച്ചുകൊണ്ട് സൗമി ത്രി സരയൂനദിയിൽ വിലയിക്കാൻ സന്നദ്ധനാകുന്നു. ഇങ്ങനെയുള്ള ആത്മനിവേദന പരമ്പരയുടെ രൂപത്തിൽ എഴുതിയിരിക്കുന്ന ഈ കാവ്യം, ലക്ഷ്മണന്റെ കാഴ്ചപ്പാടിൽ നിന്നുകൊണ്ടുള്ള രാമായണ ത്തിന്റെ വിമർശനാത്മകമായ ഒരു പ്രതിപാഠമാണ് എന്നു പറയാം.

രാമായണത്തിൽ ശ്രീരാമന്റെ മഹിമാ പ്രകാശത്തിനു മുമ്പിൽ വേണ്ടതു പോലെ തെളിഞ്ഞു ശോഭിക്കാതിരുന്ന ലക്ഷ്മണന്റെ വി ശിഷ്ട വ്യക്തിത്വത്തിന് ആവിഷ്കാരം നല്കാൻ ശ്രമിക്കുന്ന കൃ തിയാണ് സാദരം സൗമിത്രി. ആ കഥാപാത്രം അനുഭവിച്ച ആന്ത രിക വേദനകളുടെ ഇരുൾത്തലങ്ങളിലേക്ക് വെളിച്ചം പകരാനാണ് ഈ കൃതിയിൽ ശ്രമിച്ചിട്ടുള്ളത്. രാമകഥയെ മുൻനിർത്തിയുള്ള മലയാളത്തിലെ വിപുലമായ കാവ്യ പരമ്പരയിലേക്ക് പുതിയതായി കണ്ണി ചേർക്കപ്പെടുന്ന ഈ കൃതിയ്ക്ക് അർഹമായ സഹൃദയ ശ്രദ്ധ ലഭിക്കുമെന്ന് പ്രതീക്ഷിക്കുന്നു. മലയാള കാവ്യ പാരമ്പര്യത്തിന്റെ മികവുകളെ ഉൾക്കൊണ്ട് കൂടുതൽ മികച്ച രചനകൾ നടത്താൻ കൃ ഷ്ണൻ നടുവലത്തിന് കഴിയട്ടെ എന്ന് ആശംസിക്കുന്നു.

പേറി നോവുന്ന മുറിവായ്...

വർഷങ്ങളായി മനം പേറി നോവുന്ന ഒരു മുറിവാണ് സൗമിത്രി. എഴുതാതിരിക്കാനാവതില്ലാത്ത അനിവാര്യതയാണ്. കരൾ കടഞ്ഞു കടഞ്ഞെടുത്ത കവിതയുടെ പൈതൃക ധന്യതയാവണം 'സാദരം സൗമിത്രി'യെന്ന് അന്തരേന്ദ്രിയം വിടാതെ മന്ത്രിക്കുന്നുണ്ട്. അത്രമാത്രം ഭാവനാത്മകവും ദർശന ഗരിമ നിറഞ്ഞതും രസനീയവുമാണോ എന്നുപറയാനാളല്ല. എന്നിരുന്നാലും ലക്ഷ്മണൻ എന്ന ഇതിഹാസ കഥാപാത്രത്തിന്റെ ഹൃദയ വ്യഥകളും, അകം നൊന്തു പൊള്ളുന്ന സംഘർഷങ്ങളും നമ്മുടേത് കൂടിയല്ലേയെന്ന് ഏകാന്ത തപ്തമായ ഹൃദയം ചിലപ്പോഴൊക്കെ മന്ത്രിക്കാറുണ്ട്. ഇരുൾ വിഴുങ്ങുന്ന കാലക്കരച്ചിലിൽ അവഗണനയുടെ തിളയെണ്ണയിൽ വേവുന്ന ഊർമിളമാരും, അഹന്തയുടെ തിമിര ഘോഷങ്ങളിൽ കഠിന കാമമായി കത്തുന്ന കുടില പീഡകരായ ദശാസ്യൻമാരും, സഹജവധം ചെയ്തും രാജ്യ ദാരങ്ങളെ സ്വഹിത സാധ്യമാക്കുന്ന സുഗ്രീവന്മാരും സ്വസോദരരെ ഒറ്റു കൊടുക്കുന്ന വിഭീഷണൻമാരും, മദന ബാധാ ക്ഷണപ്രഭയേറ്റു വിവശരാകുന്ന ദശരഥ പിതാക്കന്മാരും നമ്മുടെയൊക്കെ നെഞ്ചകങ്ങളിലെ അരങ്ങുകളിൽ ആടിയുറയുന്നത് ആവിഷ്ക്കരിക്കാതിരിക്കുവതെങ്ങനെ! എന്നിലും നിങ്ങളിലുമില്ലേ വചനകർമകളാൽ ഈ സൗമിത്രിയെന്ന് വെറുതെ വിചാരിച്ചുപോകുന്നു. സന്തത സഹചാരിയായ സഹന മൂർത്തിയായ സഹോദരനെ തിരസ്ക്കരിക്കുന്ന ധൂസരകാലത്തിന്റെ നടവരമ്പിൽ നിന്നുകൊണ്ട് കവിതയുടെ പുണ്യ പൈതൃക പാതയിലൂടെ ഒന്ന് സഞ്ചരിക്കാൻ ശ്രമിച്ചതാണ്. വൃത്തബദ്ധമാക്കാനോ അലങ്കാര കല്പനകളാൽ ആഭരണമണിയിക്കാനോ ശ്രമിച്ചതല്ല. ആവിഷ്ക്കാരത്തിന്റെ ആനന്ദവേഗത്തിൽ ചിലപ്പോഴെങ്കിലും അങ്ങിനെ ആയിട്ടുണ്ടെങ്കിൽ അതുസ്വാഭാവികം മാത്രം. മുറിവൈദ്യൻമാർ പഴഞ്ചനെന്നുള്ള പഴിപ്പേര് ചാർത്തിത്തന്നേക്കാം. മലയാള കാവ്യ പാരമ്പര്യത്തിന്റെ പുണ്യ തീർത്ഥാടനമെന്നേ ഈയുള്ളവൻ കരുതുന്നുള്ളൂ. എന്റെ കുത്തിക്കുറിക്കലിന്റെ നാൽപ്പതു വത്സരങ്ങൾ പി

ന്നിടുന്ന ഈ വേളയിൽ ഏറെയൊന്നും അവകാശവാദങ്ങളില്ലാതെ 'സാദരം സൗമിത്രി' എന്ന കാവ്യാഖ്യായിക അനുവാചക സമക്ഷം സമർപ്പിക്കുകയാണ്.

ഈ കൃതിക്ക് പ്രൗഢമായ അവതാരിക എഴുതിത്തന്ന പ്രശസ്ത നിരൂപകൻ ഡോ.കെ. എസ്. രവികുമാറിനും, കെട്ടിലും മട്ടിലും സുന്ദരമായ പുസ്തക രൂപം നൽകിയ കൈരളി ബുക്സിന്റെ അശോക് കുമാറിനും, കമനീയമായ ചിത്രം വരച്ച ശ്രീകുമാർ കെ എരമത്തിനും പ്രിയ ഗോവിന്ദൻ മണ്ടൂരിനും ഹൃദയം നിറഞ്ഞ നന്ദി. ഈ കൃതിയുടെ രചനയ്ക്കു പ്രോത്സാഹനമരുളിയ ഡോ. കെ.എ ച്ച്. സുബ്രഹ്മണ്യൻ മാഷോടും, ഒപ്പം കാവ്യ രചനയ്ക്കായ് നിര ന്തരം പ്രേരണ ചെലുത്തിയ എഴുത്തുകാരനായ സുഹൃത്ത് ആർ. ഉണ്ണിമാധവനോടുമുള്ള കടപ്പാട് സീമാതീതമാണ്.

കൃഷ്ണൻ നടുവലത്ത്

ജ്വര ചിന്തനങ്ങൾ

വെട്ടം കെടുന്ന കതിരോന്റെ പിടപ്പുപോലെ
പൊട്ടിത്തകർന്ന ശില തന്റെ കിടപ്പു പോലെ
തട്ടിത്തടഞ്ഞു വഴിമുട്ടിയ സിന്ധു പോലെ
പൊട്ടിക്കരഞ്ഞു ജ്വര ചിന്തനമുച്ചരിച്ചും;

അത്തൽ മുഴുത്തു പ്രിയകരങ്ങളത്രയോടും
പറ്റെത്തിളച്ച ഹൃദയാർണവ ഭാവമോടെ
ചിത്തഭ്രമത്തിനടിപെട്ടൊരു മർത്ത്യ രൂപം
എത്തുന്നു ലക്ഷ്മണനവൻ സരയൂ തടത്തിൽ.

എന്നും വിടാതെയൊരുമിച്ചു ഗമിച്ച രാമൻ
മുന്നാലെയില്ല, കരമേന്തിയുമില്ല ചാപം
ഇന്നേവരയ്ക്കുമിവനിങ്ങനെയൊറ്റയാനായ്
വന്നുള്ള കാഴ്ചയൊരു കാലവുമില്ലതന്നെ

എന്തോ നടന്നുവരുതാത്തതു രണ്ടുപേർക്കു-
മന്തർഭവിച്ചുവതിഗൂഢ ദുരന്ത ശാപം
സന്താപജാശ്രുയൊഴുകുന്നയിവന്റെ കണ്ണിൽ
സംത്രാസമുണ്ട് കരൾ വിങ്ങിയ ശോകമുണ്ട്.

ബന്ധങ്ങളൊക്കെ മുടിയുന്ന വിനാശ കാല-
ത്തെന്തുണ്ടു പാരിൽ നില തെറ്റിയ നാട്യമന്യേ
അഭ്യാസ തന്ത്രമറിയാത്ത പഴഞ്ചനായാ-
ലെന്തും വരിക്കുക കരണീയമല്ല,വീഴും.

കാകുൽസ്ഥയാജ്ഞ പരിപാലനമേക ലക്ഷ്യം
പാലിപ്പതല്ലോ പരിപാവന ജന്മ കൃത്യം
രാമാഗ്രജന്റെ പരിതോഷണ സന്നിധാനം
ശീഘ്രം വെടിഞ്ഞു മൃതി ദണ്ഡനമേറ്റു വാങ്ങാം.

കണ്ണുണ്ടു പക്ഷേയിരുഭാഗവുമില്ല നോട്ടം;
കാതുണ്ടു, കേൾവിയതുമാത്രവുമില്ലയിപ്പോൾ
കാലം പകർന്ന കടു ദുസ്സഹശിക്ഷയേൽക്കാൻ
കീനാശ പാദ നിനദത്തിനു കാത്തിരിപ്പേൻ.

നോവുന്നയോർമ്മയതു താൻ ബഹുഘോഷ യാത്രാ-
പാരമ്യമെന്നതതു തൻ ഹൃദിയെപ്പിളർക്കേ,
ഓരോന്നു ദാവ സമമായ് സ്മൃതിയിൽ പടർന്നേ
പാളുന്നു ശ്രീലനുരുകി, തിള കൊണ്ടിടുന്നു.

ചെറ്റു നേരമിഹ ലക്ഷ്മണാന്തരം-
ഗത്തിൽ വന്നു തെളിയുന്നതാ-
മുറ്റവർകളോടൊട്ടു നീറിയെരി-
യുന്ന ചിത്തമതു കാട്ടിടാൻ;

വ്യർത്ഥമെങ്കിലും മാറു കീറി തൻ
നേരു ചൊല്ലി വിട ചൊല്ലുവാൻ
ഉദ്യമിച്ചുവഴലിൻ പ്രതീകമാം
രാഘവന്റെ പ്രിയ സോദരൻ.

രാഘവാനുജ്ഞാനം

ദീർഘ കാല വിപിനാന്ധകാരമതിൽ
ദുസ്സഹം നാൾകൾ നീക്കിയും
ക്രൂര രാത്രിചര ഘോര ഗർജ്ജനം
ഗാനമായി ഹൃദിയേറ്റിയും;

മണ്ണിൽ, മുൾമുനയിൽ, മാരിവേനൽകളിൽ
നിദ്ര പോലുമൊഴിവാക്കിയും
അന്നമില്ല, സുഖസ്വപ്നമില്ല ഹൃദ-
യേശ്വരീയമൃതവാണിയി-
ല്ലെങ്കിലെന്തവനി വാഴ്‌വിലൊന്നു താ-
നഗ്രജന്റെ ഹർഷോത്സവം.
സംഗരങ്ങൾ മുറിവാർന്ന നാൾകളുടെ
സങ്കടങ്ങൾ വിരഹങ്ങളും
കണ്ടു കണ്ടൊടുവിലിങ്ങയോധ്യയി-
ലന്തരംഗമിളവേൽക്കവെ,
വന്നു മേഘ നിർഘോഷമെന്ന പോ-
ലഗ്രജന്നുഗ്ര ശാസനം;
'ഇല്ല ബന്ധമിനി നമ്മൾ തമ്മിലിഹ
ജന്മമൊന്നിൽ', മൃതി ദണ്ഡനം!
മാമുനീന്ദ്രവരർ രാമചന്ദ്രമുഖ-
ദർശനത്തിനതിയാവലാൽ

കോപ താപ ജ്വലിതാനനങ്ങളാൽ
ശാപവാക്ശരമുതിർക്കുവാ-

നുദ്യമിക്കെ, മനധർമ്മ സങ്കടാൽ
മന്ത്രശാലയകമേറ്റിനാൻ
ധന്യരാജ മൊഴി ലംഘനത്തിനാൽ
ജന്മഭൂമി വെടിയേണ്ടതായ്.
എന്നുമെന്റെ മനമഗ്നിശയ്യയതിൽ
ഇന്നു ചുററുമതു തീക്കനൽ
കൊണ്ടിടാം കനൽ വിഴുങ്ങിടാം സരയു
തന്നിൽ മുങ്ങി വിട ചൊല്ലിടാം.
മുന്നമെന്റെ മനവിങ്ങലിൽ ചിറ-
കൊടിഞ്ഞ വാക്കിദമുരച്ചിടാൻ
തെല്ലഹമ്മതി കാട്ടിടിൽ ഭവാ-
നെന്നിടത്തിൽ കൃപ ചൊരിയണേ.
എന്നുമാ പൂത പാദ മലർകളിൽ
കുമ്പിടുന്ന സൗമിത്രി ഞാൻ.

ഒന്നുമല്ലിവൻ രാമഭദ്രാ നിന്റെ
പിൻനിഴൽ പോലെയെന്നും നടന്നവൻ
ദേഹഭോഗങ്ങൾ രോഗങ്ങൾ നോക്കാതെ
മോഹമത്രയുമുള്ളിൽ കരിച്ചവൻ
കണ്ടതില്ല വെൺ താരാഗണങ്ങളെ

പൊൻ നിലാവിനെ, വാർമഴവില്ലിനെ,
പുഞ്ചിരിച്ചു വിളിക്കും നികുഞ്ജത്തെ
പഞ്ചമം പാടും ശാരികപ്പെണ്ണിനെ,
കിന്നരിക്കുന്ന ചോലയോളങ്ങളെ
സാന്ത്വനിപ്പിക്കും മന്ദസമീരനെ
ഒന്നുമാത്രം മനസ്സിൽ വരച്ചുള്ള
വർണ്ണചിത്രമെൻ ശ്രീരാമചന്ദ്രനെ;
നിന്നിലപ്പുറം ലോകമില്ലാത്തവൻ
നിന്റെ വാക്കിൽ പ്രപഞ്ചം നിറച്ചവൻ
എങ്ങു നിൽക്കണം എന്തു വാക്കോതണം
എന്നതൊക്കെയും നിന്റേതാം നിശ്ചയം;
നിന്റെ വാക്കിന്റെയൂക്കായ് പടർന്നവൻ
നിന്റെയായുധ മൂർച്ചയായ് മാറിയോൻ
നിന്റെ കണ്ണിനാൽ സൂര്യനെക്കണ്ടവൻ
നിന്റെ കൈകളായ് പാദമായ് നിന്നവൻ
അന്യ ചിന്തകളൊക്കെ വിലക്കിയെ-
ന്നന്തരേന്ദ്രിയം നിന്നാൽ വിളക്കിയോൻ
ഇന്നു നിൻ വിധി തന്നിൽ പിടയാതെ
കണ്ണുനീരിന്റെയാഴിയിൽ മുങ്ങാതെ
നെഞ്ചിനുള്ളിലെ വിങ്ങലോ വേവലോ-
യുണ്മ തന്നെയോയിത്തിരിക്കാട്ടാതെ
വർധിത പ്രകർഷേണ കൈയേറ്റു കൊ-
ണ്ടുർവി വാസം വെടിഞ്ഞിടാം രാഘവാ.
പൂക്കൾ കായ്ഫലപത്രങ്ങൾ മാമരം
ചേർത്തു വയ്ക്കാതുപേക്ഷിപ്പൂ, കാലമാം
കാറ്റു വീശവെ, നീയുമതെപ്പോലെ-
യോർത്തു നെഞ്ചം കലങ്ങുന്നതില്ലിവൻ.
എന്റെ മോദവും മോക്ഷവും നീയല്ലോ
എന്റെ മാർഗ്ഗവും ലക്ഷ്യവും നീയല്ലോ
നിന്റെയിംഗിതമെന്തെന്നറിഞ്ഞുയിർ
ഇന്നുതന്നെ പറിച്ചെറിഞ്ഞീടുവാൻ
യാത്രയാകുന്നു സൗമിത്രി സാദരം
വായ്ക്കുമെന്നപരാധം പൊറുക്കണേ.
കോപമേറിയാൽ സംഹാര രൂപി നീ
സത്യ ധർമാദി നിഷ്ഠ പാലിപ്പവൻ
ഉച്ചരിച്ച കഠോര വാക്കാകിലും

എയ്തയച്ചതാമുഗ്രാസ്ത്രമാകിലും
പിൻവലിക്കുവാനാർക്കുമെളുതല്ല
രാമനാകിലും സൗമിത്രിയാകിലും.
ഭീഷ്മ നിശ്ചയം കോതണ്ഡ രാമന്റെ
വാക്കു തെറ്റില്ല; ജീവൻ ത്യജിച്ചിടും
മാപ്പിരക്കുന്നു ക്രോധ ശരം പേറു-
മാന്ധ്യമേറ്റുന്നയുൻമാദമായവൻ
കൂർത്ത വാക്കിന്റെ ക്രൗര്യമാം സായകം
ഓർത്തിടാതെയയച്ചയപക്വത;
അച്ഛനെന്നോ മുതിർന്നവരെന്നുള്ള
ഭേദമില്ലാത്ത മൽക്കൊള്ളിവാക്കുകൾ
മായ്ച്ചിടേണേ മറവി തൻ ശീലയാൽ,
യാത്ര ചോദിച്ചിടട്ടെയിസ്സോദരൻ.
ചൊന്ന നിൻ മൊഴി തെറ്റിച്ചയെൻ കർമ-
നിന്ദിതം താൻ ദുരന്തങ്ങൾ തീർത്തത്.
രാവണൻ വന്നു ദേവിയെ ലങ്ക തൻ
താമ്ര പല്ലവക്കാട്ടിലടച്ചതും
പക്ഷി വീരൻ ജടായുസ്സ് പോരിട്ട്
പംക്തികന്ധരനാലുയിർ പോയതും
ആശരർ വംശനാശം നടന്നതും
ആശകൾ ജന്മ വൃക്ഷം വെടിഞ്ഞതും
ഒക്കെയും പൂർവ്വ നിശ്ചയമെന്നുള്ള-
യുണ്മയോർത്തിവനേകനായ് പോകുന്നു;
എങ്കിലും നീ തിരിച്ചു വിളിക്കുമെ-
ന്നുള്ളയാശയെന്നുള്ളിൽ കിളിർക്കാമോ...
ചഞ്ചലാക്ഷിയാം സീതയെപ്പോലുമേ
ചണ്ടി പോലെ വലിച്ചെറിഞ്ഞുള്ളവൻ
നിന്റെ നിശ്ചയം ശൈല മഹോന്നത-
മെന്ന പോലെയുറപ്പാർന്നതല്ലയോ..?
നന്ദി നന്ദി പ്രിയങ്കരാ നിൻ പദം
തന്നെയെന്നുമിവന്നുള്ളയാശ്രയം.

പിതൃതീർത്ഥം

കടുതര കഠോരമാം വാക്കിന്റെയമ്പുകൾ
പലവുരു തൊടുത്തതാം പാപിയാം പുത്രനെ
മനമുരുകിയെന്നോ ശപിച്ചുവോയെൻ പിതാ-
വതു സുകൃതമായ് നമിച്ചേറ്റെടുക്കുന്നിവൻ.
ഉടുതുണിക്കോന്തലയിൽ തിരുകിയ കനൽക്കട്ട-
യടിമയെപ്പോലെ വിഴുങ്ങിയ വല്ലഭൻ
അമൃതമാണെന്നുള്ളതോർത്തു കുടിച്ചത്
ഗരളമെന്നറിയുവാൻ വൈകിയ വിദൂഷകൻ,
വിശറിയെന്നോർത്തു താൻ വീശിയതുഗ്രമാം
വിഷസർപ്പമാണെന്നതറിയാത്ത സാധു നീ
അതിനിടയിലിടർ പകരുമാത്മജൻ സൗമിത്രി-
യവനുടയ പരുഷ പദമേറെ വിഴുങ്ങി നീ
അതി മഹിതമാം യാഗ പുത്രകാമേഷ്ടിത-
ന്നൊടുവിൽ വരനായകൻ ശ്രീരാമചന്ദ്രന്റെ-
യനുജനതി മൂർഖനായ് വന്ന ജന്മപ്പിഴ-
യ്ക്കുരുളുക മഹാശാപമിവനതു വരിച്ചിടാം.
കൊടിയ പ്രകമ്പനം കൂസാത്ത ദശരഥൻ
സുരരാജ വിക്രമം പൂണ്ട രാജേന്ദ്രനോ
ചതിയറയിൽ വീണു കേഴുന്നൂ സ്വയംകൃത.

മാപ്പിരക്കുന്നു താതാ നിഷേധിയായ്
മാത്രമീ സുതൻ നിൻ മുന്നിലെപ്പോഴും
എത്രയുന്നതനാണവിടുന്നെന്ന്
ശംബരാസുര നിഗ്രഹനാണെന്ന്

പത്തു ദിക്കിൽ പടർന്നു പൊരുതുന്ന
ശത്രു നാശനാം ശക്തിമാനാണെന്ന
വാനഗോള പഥത്തിൽ വിലസുന്ന
കാക വാഹന ഭീഷണനാണെന്ന
സത്യമൊട്ടും തിരിച്ചറിഞ്ഞീടാത്ത
സന്തതിപ്പിഴയായ സൗമിത്രി ഞാൻ.
അച്ഛനെക്കൊന്നു രാജ്യം പിടിക്കുവാൻ
കച്ച കെട്ടിയ കശ്മലനാണിവൻ,
ക്ഷിപ്ര കോപപ്പിശാചിനെ നെഞ്ചിലെ-
ക്കൂട്ടിൽ സൂക്ഷിച്ച ഗർവിഷ്ഠനാണിവൻ,
ചെറ്റു പോലും പരിപാകമില്ലാതെ
ഉറ്റവരെ തിരിച്ചറിയാത്തവൻ
അജ്ഞതയുമഹന്തയും ചേർന്നുള്ള
അപ്രമേയമാം വിഭ്രമമായവൻ,
ജനയിതാവിനെ നിന്ദിപ്പവർക്കുള്ള
കാലസൂത്ര നരകാർഹനായവൻ;
ഏതു തീർത്ഥത്തിൽ മുങ്ങിയാലാണീ
വ്യർത്ഥ ജന്മ മഹാ പാപ മോചനം.
ശപ്തനാണിവൻ ജന്മ ദാതാവിന്റെ

മൃത്യു പൂജയ്ക്കു പോലും തിരസ്കൃതൻ.
കുറ്റബോധം തിളയ്ക്കുന്ന ഹൃത്തുമായ്
അശ്രുനീരിനാലർച്ചിതം ചെയ്യട്ടെ,
മുക്തിലോകം കരേറാൻ തുണയ്ക്കണേ
മൃത്യുവെപ്പുണർന്നീടുകയാണിവൻ.

വിരഹ പരിതാപം

തോരാക്കണ്ണീരുമായി-
ട്ടൊരു പദമരുതേയെന്നു ചൊല്ലീടുവാനോ
ദേഹം താനേ വിറച്ചും
മുഖമതു വിളറി രണ്ടു കൈയാൽ മറച്ചും
കൂടെക്കൂടെ നടന്നും
പലവുരു മുറിയും വാക്കു പേശാൻ തുനിഞ്ഞും
കാണാമുൻമാദിയെപ്പോൽ
ജനകനു സുതയാമൂർമിളാ ദൈന്യരൂപം.

പോയക്കണ്ണീർ തുവർത്താൻ
കരമൊരു തവണ നീട്ടി പിന്നെ മടിച്ചാൻ
ഗാഢം തമ്മിൽ പുണർന്നാ-
ത്തളിരുടലഖിലം സ്നേഹ സാന്ദ്രം നുകർന്നാ-
താപം തീർക്കാൻ കൊതിച്ചാൻ
മനമതിൽ നിഭൃതം മോഹ പാരമ്യഘോഷം
ഭാവം മാറുന്നു ശീഘ്രം
യമി സമമുടനെ ദൃഷ്ടി ഭ്രൂമധ്യമാക്കി.

വിരഹാർദ്ര വിഷാദമൊന്നു മാത്രം
വിധിയാൽ ബന്ധിത താപ ജന്മമാർന്നോൾ
വ്രണിതേ നിഷ്ഫലമാക്കി നിന്റെ ജന്മം
ദയിതൻ ഞാൻ, ചിര ദുഃഖിതേ പൊറുക്കൂ.

ജനകാത്മജ നീ കുടിച്ച കണ്ണീർ
കടലോളം വരുമത്രയും വിമൂകം

കടു കാഞ്ഞിര വാഴ്വു പേറി നീയോ-
യുടലാർന്നുള്ള വിഷാദ റാണിയെന്നും.

അമലേയൂർമിള മൽപ്രിയേ നിൻ
അതി മൗനത്തിൻ മനമെത്രയോയുദാത്തം
ഒരു മാത്ര മറുത്തു വാക്കു ചൊല്ലാൻ
മുതിരാത്തുന്നത ചിത്തമെത്ര ധന്യം.

അറിവേൻ നിന്നിലുയിർത്തിരുന്നു മോഹം
അനുഗമനത്തിനു കാന്തനോടു ചേരാൻ
ഒരു വാക്കിവനോതിയില്ലയെന്നു-
ള്ളപരാധാഗ്നിയിൽ വെന്തിടുന്നുയുള്ളം.

അതു മാത്രവുമല്ലയൂർമിളേ നീ
വനയാത്രയ്ക്കു ഗമിച്ചിടിൽ പിതാവെ-
പ്പരിപാലിക്കണമെന്ന രാമ വാക്യം
നിറവേറീടുക നിന്റെ ബന്ധു ധർമം.

ഇവനോ പിണിയാതവൻ വിമൂകൻ
എരിതീ സാക്ഷി വരിച്ചവൾക്കലഭ്യൻ

നിറ പുഞ്ചിരി തൂകുമോമലാളി-
ന്നഴകിൽ കൊതിയേറിടാത്ത നിന്ദ്യൻ.

മനതാരിൽ നിറദീപമായി നീയെൻ
മതി നേർമുഖിയായുജ്ജ്വലിച്ചിരുന്നു
ഒരു വേള ശയിക്കുവാൻ കൊതിച്ചേൻ -
തരളാംഗത്തിലശാന്തി നീക്കുവാനായ് .

കൊതിയാൽ മമ നെഞ്ചകം തുടിക്കേ
മൃതി പോൽ വന്നു തുളച്ചു കർണശൂലം:
പ്രിയ രാഘവനിന്നു തന്നെ രാജ്യം
വെടിയാൻ കാടക ജീവിതം വരിക്കാൻ.

ഭൂവി കേകയ പുത്രിയായ മാതാ-
തനയൻ കോസല രാജ്യ ഭാരമേൽക്കാൻ
ഞൊടി താമസലേശമില്ല യിവനോ-
ത്വരിതം ചീരമുടുത്തു വന്നു നേര്.

അരുതോർക്കുക നീ വിലക്കിനാലേ
പഴുതേ രംഗമൊരുക്കിയില്ല വിനയി
പറയാൻ മടിയെന്റെയുള്ളിലെന്നും
പരിശുദ്ധാനനമായിരിപ്പുവോൾ നീ.

പ്രണയാതുര നാട്യ ഭാവമൊന്നും
അറിയാതുള്ള പരുക്കനാം പ്രിയൻ നിൻ
ഹൃദയം മുറിവാർന്നതു വിങ്ങിയിട്ടും
വ്യഥിതം പഞ്ജരമൊന്നിൽ സംഭ്രമിച്ചും;

ചുമടാതപമത്രയും ചുമന്നും
ഉരുവെപ്പോലെ വലഞ്ഞ ശോകമൂർത്തി,
പലരും നിന്നെ ഗണിച്ചതില്ല തെല്ലും
നിലയെന്തെന്നുമുറഞ്ഞ യൗവ്വനാംഗം;

വധുവാകിലുമച്ചടക്ക മൗനം
വഴി തന്നിൽ മിഴി ചേർത്തിടേണമല്ലോ,
ജനകാത്മജ നിന്റെ കാര്യമെന്തേ

അണു പോലും മിഴി പാർത്തതില്ല താതൻ

സ്വയമേ പ്രിയനേകിടാത്തതാരാ-
നരുളാൻ സ്നേഹ ദരിദ്രരല്ലോ നമ്മൾ.
ക്ഷിതി പാലകയാജ്ഞ ലംഘനത്താ-
ലുലകം വിട്ടിവനിന്നിറങ്ങിടുന്നു..

വരികില്ലിനി നിന്റെ നിഷ്ക്കളങ്കം
വദനം കണ്ടിനി നെഞ്ചകം തപിക്കാൻ
അതി വീരത പൂണ്ട പുത്രരോടായ്
അഴലിൻ ഗാഥകൾ ചൊല്ലവേണ്ട നാഥേ.

അറിയാമവർ മാനസങ്ങളിൽ
അടയാളങ്ങളിൽ വന്നിടാത്ത താതൻ
ഇല വാടിയ വേരററ്റ ശുഷ്കം
വിടപം പോൽ പര വിസ്മൃതൻ സഖീ ഞാൻ.

ഉടലാർന്ന വിഷാദമേയിവന്നാ-
യരുളൂ ശാപവിമുക്തമാമനുജ്ഞ,
ഇവനുള്ളിലെരിഞ്ഞു കത്തിടുന്നു-
ണ്ടപരാധാധികളഗ്നി പർവ്വതം പോൽ.

കെടുകില്ലതു നിന്റെ സാന്ത്വനത്തിൻ
പനിനീർക്കുളിർമഴ പെയ്കയില്ലയെന്നാൽ
പടുപാപിയിവന്നു കൈവരാത്ത-
തതു താൻ, സ്നേഹ തിരസ്കൃതൻ സദാ ഞാൻ.

ഇടർ തിന്നു തളർന്നിടുന്നയനഘേ
ഇനിയും നിൻപതിയേകിടില്ല മോദം
ഇരുൾകോരിയൊഴിച്ചിടുന്നയിരവായ്
ഇവനെന്നും, തിരി താഴ്ത്തിടാത്തയുടു നീ.

മൃദു ഭാഷിണി ത്യാഗമാം ധനം താൻ
വരമായ് നേടിയ ജന്മ പുണ്യമേ നീ
സഹനാർണവ തുല്യ മാനിനീ
അഹിതൻ ഞാൻ ക്ഷമ കാട്ടുവിൻ ശുഭേ നീ.

മുസലം കുസലത്തോടെന്ന പോലെ...

പാരം നിബിഡാന്ധകാരം
അടിമുടിയുറയുന്ന ഭീതിദം കാട്ടിലൊറ്റ-
യ്ക്കാര്യേ ഗർഭവതി നീ
മോഹവതിയായ് മോദ സാകാരമാകെ,
പൂർവ്വം കാന്തൻ സമേതം
ഏക ഹൃദയാ പാർത്ത ഗഹന സൗന്ദര്യം
വീണ്ടും കാണ്മാൻ കൊതിക്കും
സ്നേഹ വിവശേ നിന്നെയോ ഹാ! ചതിച്ചേൻ.

അമലേ പാപിയാമെന്റെ-
യപരാധം പൊറുക്കണേ
നിന്റെ കണ്ണീർ നിറഞ്ഞല്ലോ
കടലേഴും നിറഞ്ഞത്.

നിന്റെയുള്ളിൻ നെരിപ്പല്ലോ
എരിയുന്നഗ്നി പർവ്വതം
തുളസിത്തളിർ പോലുള്ള
നിർമലാകാരമാർന്നവൾ.

തീർത്ഥ ഗംഗാ സമാനമാ-
യൊഴുകിത്തീർത്ത പുണ്യമേ
അറിയാമനഘേ പാരിൻ
പാപഹാരിയാമഗ്നി നീ.

കാടിനെ പൂവാടിയാക്കും
പ്രപഞ്ചത്തിന്റെ കണ്ണു നീ
ദുരിതത്തീക്കടൽ തീർത്തും
കുടിച്ചോൾ നിത്യ ദുഃഖിത.

ദശഗ്രീവൻ കവർന്നീടാ-
നിവനല്ലോ നിമിത്തമായ്
പൂർവജൻ ചൊന്നതിൻ പടി
കേൾക്കാതിറങ്ങിയോടിയോൻ.

മാരീച രുദിതമാണെന്ന-
തറിഞ്ഞു,മുടജം വെടി-
ഞ്ഞനഘേ നീയേകാന്തം
തപോ വനത്തിൽ മാഴ്കവേ,

രാമ രക്ഷയ്ക്കിറങ്ങിപ്പോയ്
ജളൻ താൻ സർവ്വ നാശകൻ
ആപന്ന സത്വയാം ദേവി-
ക്കരണ്യം നൽകിയോടിയോൻ.

കലുഷം സരിത്തിൽ മുങ്ങി-
ക്കുളിച്ചീടാൻ നിയോഗിതൻ
രാമരാജൻ പ്രജാഹിതം
നോക്കി ജായയെയകറ്റവേ,

അരുതെന്നു മൊഴിയാത്ത-
യനുജൻ ദുഷ്കൃതനല്ലയോ?
മുസലം താൻ കുസലത്തോ-
ടെന്ന പോൽ വാക്കുരച്ചിടാം;

നമ്മളിരുവരും തുല്യ-
ദുഃഖിതർ പാതി വെന്തവർ
വഴിമധ്യേയുറ്റവന്റെ
തിരസ്കാരം വരിച്ചവർ.

കണ്ടതില്ല ഭൂമി പുത്രീ
നിന്റെ കണ്ണിലെയശ്രു നീർ
ഇവനെന്നും പിന്നിലല്ലോ
മുറ പോലെ നടപ്പവൻ.

എത്ര രാക്ഷസിമാർ ചുറ്റും
രാത്രി പോലെ നിരയ്ക്കിലും
ദാനവാട്ടഹസിതങ്ങൾ
കാതിൽ മുള്ളായ് തുളയ്ക്കിലും,

അതിഭീഷണ ഖഡ്ഗത്തിൻ
മുനയിൽ പതറാത്തവൾ
അലറുന്ന കടൽ മുന്നിൽ
അടി തെറ്റാതെ നിൽപ്പു നീ.

സഹനം ജന്മമാർന്നോളേ
ക്ഷമയിൽ തളിരിട്ടവൾ
കരിമേഘപ്പടർപ്പിങ്കൽ
മാരി വില്ലായ് ചിരിപ്പവൾ.

അറിയാം നീയെത്ര വട്ടം
നെരിപ്പെ ശയ്യയാക്കിയോൾ
അറിയാം നീ ദശാസ്യന്റെ
മനം മാന്തിപ്പറിച്ചവൾ,

അറിയാം നീയാഞ്ജനേയ-
ഹൃദി തോറ്റിയ ദേവത
അറിയാം നീ മഹാലക്ഷ്മി-
യവതാര മനോഹരി.

അറിയാം നീ കർണശൂല-
സമം ഭർത്സിച്ച വാക്കുകൾ
അവിശ്വാസത്തോടെയല്ല
പ്രിയനോടുള്ളയൻപിനാൽ.

എങ്കിലും ഞാൻ മൊഴിഞ്ഞോട്ടെ
ഹൃദയം പൊള്ളിയ നോവുകൾ
അമലേ നിൻ പാദമല്ലാ-
തൊന്നും ദർശിച്ചതില്ലിവൻ

രാമനാശം കൊതിച്ചുള്ള
കാമമോഹിതനാണെന്നു
ചൊല്ലുവാൻ നിൻ മനസ്സെന്തേ
ശ്രീലനിൽ കണ്ട ന്യൂനത ?

അകക്കണ്ണിൽ മഹാ ദേവീ-
ഭാവമായ് നീയിരിപ്പവൾ
അനുജ്ഞയ്ക്കായനുവേലം
തൊഴുതേയിവനെപ്പോഴും.

ആശ്രമം ഞാൻ പണിഞ്ഞാലും
അകത്തു തല ചായ്ച്ചിടാ-
തിടിയിൽ മഴയിൽ നിത്യം
പുറം തിണ്ണേൽ ശയിച്ചവൻ.

അന്തർ ജ്ഞാന പ്രഭാപൂരം

അകന്നേ പോകും കോപിയിൽ
കാലമെല്ലാറ്റിനും ഹേതു
നമ്മളോ കളിപ്പാവകൾ.

ഈർഷ്യാസൂയാദി ദോഷങ്ങൾ
കെടുത്തുന്നുള്ളിൽ സ്വസ്ഥത
മനസ്സല്ലോ വിളിക്കുന്നു
മഹാമാരികൾ, നൻമയും.

അങ്കുശം പോൽ മുറിവേൽക്കും
വാക്കിനില്ലിവൻ പിൻവലി-
ഞ്ഞെന്റെയുള്ളിലുമുണ്ടല്ലോ
മുൻപിൻ നോക്കാത്തയുന്മദം.

അതുമതിയാഴികൾ നുറു താണ്ടിടാൻ

ദശരഥ സഹധർമിണീ സുമിത്രേ
സുരഭില സുരഭീ വിശുദ്ധ ജന്മേ
വസുമതിയിലെയെന്റെ ജന്മ ധാത്രീ
തവ പദ മലരെന്നുമെന്റെ മോക്ഷം.

ജല നിധി സമ വത്സലേ സുശീലേ
ജളമതിയിവനെത്രയും പിശാചൻ
ഒരു കുറിയെങ്കിലുമമ്മ തന്റെ സൗഖ്യം
തിരയുക ജീവിത മാർഗ്ഗമാക്കിടാത്തോൻ.

ക്ഷിതിയിഹ ജീവിതയാത്രയിൽ വ്രതം നീ-
യരുളിയതെത്ര വിമൂകമാത്മജർക്കായ്
കടുതര സങ്കട ശാപമാത്രമല്ലോ
പ്രതിഫലമായിവനെന്നുമേകി വന്നു.

ഒരു പൊഴുതെങ്കിലുമമ്മ തന്റെ മോഹം
പ്രമുദിതമാക്കിടുവാനശക്യനായോൻ
മൃത സമമെങ്കിലുമമ്മയാം സഹിത്രീ
ഗുണവതി നീ മമ ജന്മ പുണ്യമല്ലോ.

രഘുവരനൊപ്പരമടവിയേറിടാനായി-
ട്ടനുഗമനത്തിനു കോപ്പു കൂട്ടിടുമ്പോൾ
അടിയനൊടരുളിയ ദിവ്യ ശാസനങ്ങൾ

മഹിത മനോഹര കാവ്യ വാക്യമല്ലോ;

അതുമതി ജീവിത കർമ്മ പാതയിങ്കൽ
വരനിധി മാതിരിയുള്ള വേദസാരം
അതുമതിയാഴികൾ നൂറു താണ്ടിടാനും
അടവികളഗ്നികൾ ലംഘനങ്ങൾ ചെയ്യാൻ;

അരികളെയാസുര സഞ്ചയം ഹരിക്കാൻ
അനുപമനാം ഗുണി ജീവിതം വരിക്കാൻ
അസുഖ നിവാരണ സിദ്ധി കൈവരിക്കാൻ
അഭയ വരിഷ്ഠ മനോജ്ഞ പാദമണയാൻ.

ജലകണമേറി നനഞ്ഞതാം തിരിക്കും
പല കുറിയെണ്ണ പകർന്നിടീൽ ജ്വലിക്കാം
കുലമിതിൽ സ്നേഹ വിരോധിയാമിവന്നും
തവ നിഴൽ തട്ടുകിലൻപിനാൽ തുടിക്കാം.

പ്രപഞ്ചമൊന്നാകെയിരുൾ വിഴുങ്ങാൻ
ഒരുങ്ങി നിൽക്കുന്നു, മനം കെടുന്നു
ധരിത്രി തൻ സാന്ത്വനമിളയ്ക്കുവാനായ്
മുഴങ്ങിടുന്നു രഘുനാഥനാജ്ഞ;

ഗമിച്ചിടട്ടെ പ്രിയ വാദിനീയെൻ
നിയോഗ ജന്മം നിഹനിച്ചിടട്ടെ
തുയിർ കളഞ്ഞാശുയനുഗ്രഹിക്കൂ
എനിക്കു പാഥേയമതാണു തായേ.

കാടു തിന്ന കളിമ്പം

താതൻ തന്നുടെ ക്രൂരമായ മറവി-
ക്കാധാരയാം ജനനി തൻ
ത്യാഗോദാര വിശേഷ മധുപോൽ പിറ-
ന്നാത്മാർത്ഥയുഗളത്തിലെ
ആരോ തട്ടിയുടച്ച ദീപ സമമാം
സൗമിത്രിയാം സോദരൻ
താനാണിന്നു വിമുക്തി രഹിതൻ ത്യക്തൻ
കേളെന്റെ സഹജാതനേ.

കാലം ചേർത്തു വരച്ചതില്ല മധുരം
തൂവുന്ന സ്നേഹാമൃതം
സാഹോദര്യ വിശേഷ കളിമ്പമതിലെ
പാഥേയ സമ്പാദ്യവും
പാരം ബാല്യ കുതൂഹലാർദ്ര നിനവിൽ
വേവുന്ന കാന്താരമായ്
താളം തെറ്റിയ സംഗരാഗ്നി നടുവിൽ
ചോരച്ച നിർവാപണം.

സ്മൃതികളിൽ പൂക്കുന്നു
നിന്റെ ദുശ്ശാഠ്യങ്ങൾ
ഭരതനുടെ കൈ പിടി-
ച്ചുള്ള നടപ്പുകൾ
ഇടയിടയിൽ കേകയം
തന്നിൽ ദേശാടനം

അമിതമാം ഗൗരവം
മൗനഭാവങ്ങളും
ഒരു വേളയോർക്കുന്നു
രാമനോടുള്ള കൂർ
പെരുകെ നീ മന്ഥരയെ
കോപാലിഴച്ചതും,
അറിയുന്നിവൻ നിന്റെ-
യുള്ളത്തിലമൃതമെ-
ന്നുരിയാട്ടമില്ലെങ്കി-
ലും ധർമ്മ പാലകൻ.
അറിയുന്നു പെരുമാറ്റവും
സ്വഭാവങ്ങളും
വിപരീത പാതയിൽ
സഞ്ചരിക്കുന്നവർ.
പറയുവാനേറെയു-
ണ്ടാകിലും നെഞ്ചിന്റെ
മുറിവാർന്ന പഞ്ജര-
ത്തിൽ ചേർത്തു വെച്ചവൻ.
ഒരുവന്റെ വീരാപ-
ദാനങ്ങൾ തോറ്റുവാ-

നപരനെത്തെല്ലു
തളർത്തുന്നതുത്തമം!
ഇരുവരും തമ്മിലെ
മൗനത്തിനുള്ളിലെ
ഹൃദയപാശത്തിൻ
മഹത്വമോർക്കുന്നു ഞാൻ.
ഒരു വാക്കിലൊരു നോക്കി-
ലമ്മയോടുള്ളൻപ്
പ്രകടമാക്കീടുവാ-
നാകാത്ത ദുർഭഗൻ;
കുടില പാപത്തിൻ
നെരിപ്പോടിൽ വീണവൻ
വഴിയെ നീ പോകാതെ
ശത്രുഘ്ന സോദരാ.
കരുതിക്കുതിക്കുക
കാലാശ്വ സഞ്ചാര-
വഴികളിൽ നേരിന്റെ
വീര്യമായ് സോദരാ,
ശുഭകരായന്ത്യയാത്രാ-
മൊഴി ചൊല്ലട്ടെ
ഒരു നാളുമെന്നെ മി-
ഥ്യാ മതിക്കായ്ക നീ.

സൂര്യനിൽ പ്രഭ പോലെ

നിർമ്മലം നിൻ മനസ്സെന്നാൽ
നിതാന്തം പഴി കേട്ടവൻ
കേകയത്തിൻ മുളയെന്ന
കാരണം പ്രതിയോഗി താൻ.

അമ്മയെക്കരുവാക്കിക്കൊ-
ണ്ടന്ധനെപ്പോൽ മറഞ്ഞുവെ-
ന്നൊന്നുമേയറിയാത്തോനായ്
തന്ത്രപൂർവ്വം നടിച്ചുപോൽ!

അഗ്രജൻ രാമചന്ദ്രനെ
കാന്താരത്തിൽ തളച്ചിടാൻ
ചെങ്കോലിന്റെ പ്രലോഭനം
നെഞ്ചകത്തിൽ വിതച്ചവൻ.

പിതാവിന്റെ മൃതിക്കുള്ള
പരോക്ഷ ഹേതുവായവൻ
ഒക്കെയും പലരും ചൊന്നാർ
ചെവി കൊണ്ടില്ല ലക്ഷ്മണൻ.

കിംവദന്തി നിറച്ചല്ലോ
പാരിൻ പാപമിതേറ്റുവാൻ
ഏഷണിക്കാർക്കതേ രസം
നന്മയൊന്നായ് കെടുത്തുവാൻ.

ഭരതൻ കൈതവത്തിന്റെ
കറയില്ലാത്ത സോദരൻ
കാരുണ്യത്തിൻ തീർത്ഥക്കിണ്ടി
ഹൃദയത്തിൽ ചുമന്നവൻ.

സൂര്യനിൽ പ്രഭയെന്നോണം
നന്മയുള്ളിൽ നിറഞ്ഞവൻ
സാഗരത്തിൻ ലവണംപോൽ
സ്നേഹത്തിൻ നിറവായവൻ.

അധികാര കിരീടത്തിൻ
പകരം പാദുക പൂജകൻ
ശൈലം പോലെ വീരത്വം
സഹതത്വം നടപ്പവൻ.

ശത്രുഘ്ന ഭ്രാതാവോടൊപ്പം
ഉല്ലസിച്ചു നടന്നവൻ
അറിയാം നീ മഹാത്യാഗ
വഴിയിൽ സഞ്ചരിപ്പവൻ.

നിന്റെ മാതാവിന്റെയിച്ഛ
സാഫല്യത്തേരേറുവാൻ
രാഘവൻ കാടകം പൂകാ-
നൊരുങ്ങിക്കൊണ്ടിറങ്ങവെ;

അകം നൊന്തു ശപിച്ചേ പോയ്
ഭരതാ നീ പൊറുക്കുക
മനസ്സല്ലേ വിവേകത്തിൻ
മല പെട്ടെന്നിടിഞ്ഞിടാം.

സംശയത്തിൻ കരിമേഘ-
മചിരേണ പടർന്നിടാം
പക മിന്നൽപ്പിണരായി-
പ്പരക്കെത്തീ പടർത്തിടാം;

പ്രളയം തീർത്തിടും മർത്ത്യർ
പ്രതികാരത്തിൻ തോഴർകൾ
മാനവൻ മഹിയിൽ തുച്ഛൻ
മതിയിൽ പിഴ നിശ്ചയം.

രഘുരാമന്റെ തൃപ്പാദേ
പ്രണമിക്കാൻ വനത്തിലേ-
ക്കണയാൻ നീ ഭടരൊത്തി-
ട്ടാശ്രമം ലക്ഷ്യമാക്കവെ;

മറന്നേ പോയ് ശത്രുവെപ്പോൽ
കോപം പൂണ്ടിവനുൻമദം
പടവെട്ടാനൊരുമ്പെട്ടു
പോരുന്നെന്നു നിനച്ചു പോയ്.

ഭരതാ നിൻ വലുപ്പത്തിൻ
മഹത്വം ഞാൻ മറന്നു പോയ്
നിലാവെപ്പെയ്യുമിന്ദുവിൻ
കളങ്കം കാണുമെൻ മതി.

രാമന്റെ പാദുകം സ്വയം
ശിരസ്സിൽ വിഗ്രഹം സമം
ചുമന്നും കൺ നിറഞ്ഞും നീ
തിരിച്ചു നട കൊള്ളവെ;

യമി തുല്യം വ്രതം നോറ്റു
വത്സരങ്ങൾ ഭരിക്കവെ
പഴിച്ചേ പോയിവൻ സ്വയം
പാപം നെഞ്ചിൽ ചുമന്നവൻ.

ത്യാഗിയാം ഭരതൻ തന്റെ
കരൾ കണ്ടില്ലിതേ വരെ
അറിയാം ക്ഷുഭിതം ചിത്തം
സൗമിത്രിക്കു ദ്വേഷണൻ.

അറിയാതെ സീൽക്കരിക്കും
പൂർവ ജൻമാർജിത രുഷ
കോപശീലൻ ജഗത്തിന്റെ
സംഹാര കാരണൻ സദാ;

ത്യാഗശീലൻ മഹാകാലം
കാത്തു വെക്കുന്ന പുണ്യവും;
ഭരതാ നീ സുകൃതത്തി-
ന്നുയിരാം പുരുഷോത്തമൻ.

സോദരത്വ മഹാശക്തി-
യറിഞ്ഞുള്ള നിറകുടം
സഹനത്തിൻ ഹിമാലയം
മനസ്സിൽപ്പേറി നിൽപ്പവൻ,

സ്വാർത്ഥമോഹം തീണ്ടാത്ത
പൈതൃകം കാത്തുവെപ്പവൻ
രാമനല്ല ഭരതൻ താൻ
ത്യാഗമൂർത്തി മഹാശയൻ.

ഉള്ളം പൊള്ളുന്നു, നിന്നൊപ്പം

ഉണ്ടും മിണ്ടീം നടന്നിടാൻ
ഉർവ്വിയിൽ ഇടയില്ലിനി-
യെന്ന സത്യം നിനയ്ക്കവെ;

മരണത്തിൻ വിളി കേൾക്കേ
മാത്രം ചിന്തിപ്പു കേവലർ
ചോര ചോരയെ മുത്തുന്ന
നേരമെത്തുമ്പോൾ വൈകിടും.

ശത്രുവെന്നും മിത്രമെന്നും
അറിയാതുറ്റമാർന്നു നാം
അന്യോന്യം പോരടിച്ചല്ലോ
വാഴ്വാം തോപ്പ് കരിക്കുക.

നേരമാകുന്നു സർവ്വേശൻ
തിരിച്ചെന്നെ വിളിക്കയായ്
ഭരതാ മമ ഭ്രാതാവേ
വിട വാങ്ങട്ടെ സാദരം.

കാണുന്നൂ ഞാൻ ദിനകര സമമായ്
ശോഭയാളും മനസ്സും
കേൾക്കുന്നൂ ഞാൻ ധരിണിയെ മുഴുവൻ
ചേർത്തു നിർത്തും വചസ്സും
തൊട്ടീടുന്നേൻ ദശരഥ ജനകൻ
തന്റെ രാഗാർദ്ര വായ്പും
നേരും വീറും വിളനിലമായ് തിളങ്ങും
മാണ്ഡവീ നാഥ രൂപം.

കൗശിക വിധി

പരിഭവമരുതേ
കൗശിക മഹാമുനേ
പലമാത്ര ചൊല്ലുവാ-
നാശിച്ച വാക്കുകൾ
പറയാതെയിവനുടൽ
വെടിയുവതെങ്ങനെ?
പരമപ്രഭാവാ
പൊറുക്കുകിസ്സാഹസം;
അടിയങ്ങൾ ശ്രീരാമ-
ചന്ദ്രനും ഞാനുമ-
ന്നരുമകൾ ബാലകർ
കളിയാടിടേണ്ടവർ,
ജനകനും ജനനിയും
സ്നേഹമൂട്ടുന്നതാ-
മതി മധുര ബാല്യത്തെ-
യാഘോഷമാക്കവെ,
മഴവില്ല് വില്ലാക്കി
മഴ തൊടുക്കുന്നവർ
മഴയത്തു സരയുവോ-
ടഭിമുഖം ചൊന്നവർ
രുചികരം ബാല്യത്തി-
നമൃതമുണ്ണുന്നവർ
ജനനിമാർ മൂവർ തൻ
വാത്സല്യ ധാമങ്ങൾ.
ക്ഷിതിയിലിഹ ജീവിതം

സ്വർഗ്ഗമായ് കണ്ടവർ
ക്ഷണ നേരമങ്ങയുടെ
കല്പനാ വഹ്നിതൻ
കെടുതിയിൽ ഭീദിതം
വെന്തു പോയ് സർവ്വവും:
'കുടില നക്തഞ്ചര
സഞ്ചയം സംഹരി-
ച്ചവിടുത്തെ യോഗ സി-
ദ്ധിക്കായ് വനത്തിലേ-
ക്കിവനുമെന്നഗ്രജ
രാമനും പോകണം'.
അതു കേട്ടു കോസലം
കാർമേഘ ഭരിതമായ്
അതുകേട്ടു ദശരഥൻ
നില തെറ്റി വീണിനാൻ
അതു കേട്ടു പൂമൊട്ട്
വിടരാതിരുന്നു പോയ്;
ശലഭങ്ങൾ പാറീല
കുയിലുകൾ പാടീല
സുരഭികളകിടു ചു-
രത്താതെ നിന്നു പോയ്.

പാൽമണം മാറാത്ത
ബാലകന്മാരെയോ
ഭീകര രാക്ഷസർ-
ക്കിരയായി നൽകുക!
അവിടുത്തെ ഭീഷ്മമാ-
മാജ്ഞ താൻ ഞങ്ങളുടെ
തലവര മാറ്റിക്കു-
റിച്ചതെന്നോർക്കുക.
വരബലം, കീർത്തി ശ്രേ-
യസ്സുകളത്രയും
കരഗതമായിടാം,
പക്ഷേയശാന്തി തൻ
കടുതരം ദുസ്സഹ
ജീവിതമാണല്ലോ-
യിതുവരെ ഞങ്ങൾക്ക-
തേകിയനന്തരം.
മറവിയെന്നുള്ള ഗു-
രുത്വ ദോഷപ്പഴി
പറയാതെ; സകല പ്ര-
താപവും സമ്പത്തും
നിറവായി വന്നുവെൻ
കാൽക്കീഴിലെങ്കിലും
എവിടെയോ കേഴുന്നു-
യൊറ്റയാം കിളിയൊന്ന്,
എരിതീയിൽ വീണു തി-
രസ്കൃതനായവൻ.
നിരുപമനങ്ങു തൻ
സിദ്ധിയേറ്റീടുവാൻ
നിരുപദ്രർ ഞങ്ങളെ
ബലി നൽകിയില്ലയോ?
അവിടത്തെയുള്ളത്തി-
ലെന്നു മഹന്തത-
ന്നനലുന്നയഗ്നി ശൈ-
ലങ്ങൾ പുകഞ്ഞതും,
ചിരസത്യ പാലകൻ
രാജാ ഹരിശ്ചന്ദ്രൻ

ചുടുകാടു പാലക-
നായി നരകിച്ചതും,
അവനുടയ പത്നിയെ-
യടിമയാക്കിപ്പിന്നെ-
യരുമയാം പുത്രന്റെ-
യപമൃത്യു തീർത്തതും,
അനലനെ സാക്ഷിയായ്
വേട്ട തരുണിക്ക്
ദുരിതങ്ങൾ നൽകിയും,
മകനായ ഗാലവനെ
കഠിനമാം ഗുരു ദക്ഷി-
ണയ്ക്കായയച്ചതും,
അവനുടയ ജായയാം
മാധവിയെ നിസ്ത്രപം
ഗുരു ദക്ഷിണപ്പേരിൽ
സ്വന്തമായ് തീർത്തതും,
അതിദിവ്യ സുരഭിയാം
നന്ദിനി സ്തേയത്താൽ
ചിര രിപു വസിഷ്ഠന്റെ
ക്രോധത്തിനഗ്നിയിൽ
ശത പുത്രരത്രയും
ഭസിതമായ്ത്തീർന്നതും;
കഥയെത്ര മാമുനേ-
യവിടുത്തെ ദുഷ്കൃതി
പടു പാപ ജന്മം ചു-
മന്നു നീയെന്തിനായ്?
അധികാരം, ഗർവസൂ-
യാദികൾ മർത്യരെ
അഴിയാക്കുരുക്കിൽ
പതിപ്പിക്കുമെന്നതിൻ
മകുട നിദർശനം
നീ ഗാഥി പുത്രനാ-
ണതു ചെയ്തതിൽ വെ-
ന്ത ബലിമൃഗം ലക്ഷ്മണൻ.

പടികൾ കരേറി
മഹത്വമാം കിരീട-
പ്പെരുമകളൊത്തിരി
നേടിയെങ്കിലും നിൻ;

കരളിലെ ദുസ്സഹ
വഹ്നി ശൈലമുരുകും
ദുരിതമതെത്ര കഠോര
മെന്നതറിവേൻ.

പകലിനു പിന്നിലൊ-
രന്ധകാര നിശയു-
ണ്ടഴകിനു പിന്നിലെ
ഗർഹണീയ ജരയും;

അറിയുകയാണിവൻ
പുണ്യശാലി മുനി നിൻ
പതനമതെത്ര
സമാനമാണിവന്നും.

പൊരുളിതു ചൊല്ലിയ-
തൊന്നു കൊണ്ടു മാത്രം
അരുതു പരിഗ്രഹ-
മെന്റെ മേൽ മഹർഷേ;

പെരിയ ധനുർധര-
നെന്ന ഖ്യാതി നേടാ-
നരുളിയ ശ്രേഷ്ഠ
വരങ്ങളെത്ര ശക്തം.

പഴകിയ ദുഷ്ക്കഥ
ചിക്കിയും ചികഞ്ഞും
പരനുടെ കീർത്തി-
യികഴ്ത്തിടുന്നു മർത്ത്യർ;

ധരയിലെ ഭൗതിക-

വാഴ്‌വിലാശ പൂണ്ടി-
ട്ടൊരു ഞൊടി ദുർബല-
ചിത്തനായ്, പൊറുക്കൂ.

സ്വയമിഹ നൂറ്റൊരു
പട്ടുനൂലിനാലേ
മൃതിവല തന്നി-
ലകപ്പെടുന്ന പുഴുപോൽ;

വിധിയുടെ മുന്നിൽ
മുടന്തി വീണ കൃമി ഞാൻ
പരിഭവമില്ലതിൽ
മൃത്യു മോക്ഷമല്ലോ.

അരുതിവനോടു
വിരോധമെൻ മുനീന്ദ്രാ
കടുതര വാക്കുക-
ളുച്ചരിച്ച പിഴയാൽ;

പുതിയൊരു നാക-
മൊരുക്കിടുന്ന സിദ്ധി-
ക്കുടയവനായ ഭവാന്
മൽ പ്രണാമം.

ശാപിത ജനനി

അമ്മ കൈകേയീ
തിതിക്ഷ കാട്ടീടണം
കർണ ശൂലങ്ങളാം
വാക്കു തൊടുത്തതിൽ;

പെറ്റതല്ലെങ്കിലും
ചെറ്റും മടിക്കാതെ
പുത്രനെപ്പോലെ
കരുതിയതോർപ്പൂ ഞാൻ.

അമ്മയ്ക്കു തൻ പുത്ര-
രേറ്റം ഗുണം വരാൻ
അന്തമില്ലാത്താശ
ചിത്തത്തിൽ നിശ്ചയം;

തന്നെയുമല്ല തൻ
കണവനാം ദശരഥൻ
മുന്നം കൊടുത്ത
വരങ്ങൾ ചോദിച്ചതിൽ;

എന്താണ് കുറ്റമെ-
ന്നെന്നു നിനയ്ക്കുകിൽ
ഒന്നും പറയുവാ-
നുക്തിയില്ലാർക്കുമേ.

രാമാഭിഷേക
വിവരം പ്രമോദേന
നർമ ദാസീമണി
കുബ്ജയോടോതവെ;

നിന്നിലുള്ളുൽക്കട
സ്നേഹാതിരേകത്താ-
ലുന്മദം മന്ഥര
ചൊല്ലിയ വാക്കുകൾ:

'വേനലിൽ വറ്റും
പുഴ പോലെ സൗഭാഗ്യം
വേറാകിടുന്നൂ
സുഭഗേ മറക്കൊലാ,

രാമന്നു രാജ്യം
ലഭിക്കുകിൽ നിൻ പുത്രൻ
രാജ്യ തിരസ്കൃത-
നായിടും നിശ്ചയം';

ചെന്നു തറച്ചതു
നെഞ്ചകം തന്നിലേ
അമ്മയ്ക്കതുണ്ടാം
കരുതൽ സ്വപുത്രനായ്.

നാലാളു കേൾക്കെ
കുടിലയെന്നോതിടാം
നാലു നാൾ പോയാൽ
പലരും മറന്നിടും;

നാളെ നൃപാസന-
മുറ്റമോനല്ലയോ
കോസലത്തിനമ്മ
റാണി താനല്ലയോ!

രാജസിംഹാസനം
നേടുവാൻ ബന്ധങ്ങൾ
വിഘ്നങ്ങളാകുകിൽ
നിർദയം വെട്ടണം.

സർവത്ര ശാപവ-
ചസ്സുകൾ കേൾക്കിലും
സർവം മകന്റെ
ശുഭത്തിനായേറ്റവൾ;

തന്റെയേകാത്മജൻ
തന്നുടെ ശാപങ്ങൾ
പൊള്ളാതെ ധീരയായ്
തിന്ന ജനനി നീ.

മൂത്തോർ ചിതം പോലെ
തീർപ്പു കല്പിക്കവെ
മൂത്ത കോപത്താൽ
കയർക്കുന്നതുന്മദം;

ലക്ഷ്മണൻ രുഷ്ടനാ-
ണെപ്പോഴും രാമന്റെ
ലക്ഷണമൊത്തുള്ള
നോക്കിൽ തണുക്കുവോൻ.

രാമനില്ലാത്തതാം
ക്രോധമതെന്തിനായ്
ശ്രീലനാം തന്നിൽ
നിറഞ്ഞു പതയുന്നു?

രോഷമസൂയാദി
ദോഷങ്ങളല്ലയോ
സ്വാസ്ഥ്യമുറക്കങ്ങൾ
തീർത്തും കെടുത്തുന്നു.

അഗ്നി പോൽ കത്തു-
ന്നനുഭവ ബാല്യമെ-
ന്നുള്ളിലെയാർദ്രത
വറ്റിച്ചു ഭീതിദം;

പാരുഷ്യ ശൈലമായ്
തീർന്നുവെൻ ചേതസ്
ഭാവത്തിലെന്നു-
മമർഷം തിളയ്ക്കുന്നു;

എന്നിരുന്നാലുമെ-
ന്നമ്മേ മറന്നിടാ-
മീറൻ വസന-
മുണങ്ങുന്നതു പോലെ;

ഒക്കെയും പൂർവ്വ

നിയോഗമതാണെന്ന-
തിത്തിരിയോർത്താൽ
വിവേകം പുലർന്നിടും.

അരുതരുതു വൈരാഗ്യമിവനുടയ മേലിനി
അഭയമിനിയിപ്പാരിലില്ല സൗമിത്രിക്ക്
ഭരതനുടെ ജനനിയെൻ തായയുമെന്നതിൻ
പൊരുളെന്നിലഗ്രജൻ മുന്നേ നിറച്ചതാം.

ക്ഷതാംഗ കാമിനി

അറിയുന്നു പൗലസ്ത്യ
സോദരീ ശൂർപ്പണഖേ
നിറവാർന്ന നിന്നിലെ
പ്രണയാതല സ്പർശം.

ഒരു വേള രാമനിൽ
നീ മോഹവതിയായി
അനുനയത്താൽ ജ്യേഷ്ഠ-
നെന്നിടമയച്ചതും;

അതി കാമചാരിയായ്
നീയെന്റെ പ്രേമമാം
സുകൃതം കൊതിച്ചതും
ഞാൻ ഗണിച്ചേയില്ല.

വെറുതെ തമാശയായ്
കണ്ടു നിന്നിൽ രാമ-
നുയിരേ പകർന്നിടാൻ
കാത്തിരിപ്പാണെന്ന്;

പല മാത്ര കളിവാക്ക്
ചൊല്ലിയയച്ചതിൻ
പടി പിന്നെയും രാമ-
സവിധമണഞ്ഞതും;

കുപിതയായ് ജനകജയെ
തിന്നാൻ മുതിർന്നതും
കാകുൽസ്ഥനെപ്പുണർ-
ന്നീടാനടുത്തതും;

പ്രണയം മതിഭ്രമ
തുല്യമായ്ത്തീർന്നതും
പക മൂത്ത പാമ്പിനെ-
പ്പോൽ സീൽക്കരിച്ചതും;

കലി കൊണ്ട രാഘവൻ
നിൻ കർണ നാസികാ-
പഘനങ്ങൾ തൽക്ഷണം
കൃന്തനം ചെയ്യുവാൻ,

അനുജനാമെന്നോടു
കല്പിച്ച വേളയിൽ
ഉടവാളെടുത്തിവൻ
വീശിയരുതെങ്കിലും,

ചുടു ചോര വാർന്നു നീ

വിലപിച്ചു പാഞ്ഞിടും
സ്മൃതിയെന്നിലിന്നുമു-
ണർത്തുന്നു നൊമ്പരം.

പ്രണയാർദ്രയാമൊരു
പെണ്ണിന്റെ ലാവണ്യ-
മരിയാനൊരുമ്പെട്ട
തെത്ര നിഷ്ഠൂരത.

അറിയുന്നുവിപ്പോളിവൻ
ശപ്ത തപ്തനായ്;
അനുരാഗമതിനുള്ള
ശിക്ഷയാം ദുഷ്കൃതി.

അഭയമിരന്നവൾ-
ക്കേകിയല്ലോയിവൻ
ക്ഷതമാർന്ന യംഗങ്ങൾ
ക്രൂരമാം പീഡനം.

കഠിനമാം മൽക്രൂര
ചെയ്തിയല്ലോ പിന്നെ
ജനകജാ ചോരണം
ഹേതുവായ് തീർന്നതും;

ക്ഷണദാചരർ നാശ
കാരണമായതും
സകല സംഹാരാഗ്നി
ലങ്കയെ തിന്നതും.

സ്വയമേവ രാഘവൻ
ചെയ്യാത്ത ദുഷ്കർമ-
മടിമയെപ്പോലെ ഞാ-
നനുധാവനം ചെയ്തു.

ശമമില്ലയലിവില്ല-
യനുഭൂതികളുമില്ല

സഹഭാവമില്ല ഞാ-
നായുധം മാത്രമായ്.

അനഘാശയൻ രാമ-
നെയ്യുന്നയമ്പിവൻ
അബലാ മനങ്ങൾ
തിരിച്ചറിയാത്തവൻ.

മതി മതി നിർത്തിട-
ട്ടെന്റെയീ ജല്പനം
തവ സുതൻ ശംഭൂക-
ഗളമറുത്തിട്ടവൻ;

പ്രണയമൊഴിയപ്രിയം
കുത്തിപ്പറിച്ചവൻ
ഉയിരിലെന്നും പകപ്പത്തി
വിരിച്ചവൻ;

ക്ഷതമേറ്റവൾ സ്നേഹ-
വ്യഥിത നീ മമ വാളാൽ
ഉടലും മനവും
മുറിഞ്ഞ തിരസ്കൃത.

വിഫലം വിരഹാർദ്രം
വാഴ് വിന്റെ വേനൽ തിന്നേൻ
ഹൃദയം മരുപ്പറ-
മ്പതു പോൽ വരണ്ടേ പോയ്.

സലിലം സമഗ്രവു-
മൊഴുകിക്കഴിഞ്ഞതിൻ
പിറകെയണകെട്ടും
ജളനായ് ജനിച്ചേ പോയ്.

വിവേകം പിതൃവന-
മെത്തവേ സ്മരിക്കുക

മനുജൻ മാത്രം മൃത്യു
വന്നിഹ വിളിക്കുമ്പോൾ.

കളം മാറിയ നീതിമാൻ

ചെളിക്കുണ്ടിൽ നിന്നും വിടർന്നുള്ള സൂനം
ഇരുൾപ്പുറ്റിൽ നിന്നും തെളിഞ്ഞ പ്രദീപം
മഹാ ദുഷ്കൃതത്തിൽ മുളച്ചുള്ളശ്രേയസ്
ദശഗ്രീവരാജന്റെ സോദരൻ നീയേ
മുഖം നോക്കിയെന്നും സ്തുതിക്കുന്ന കൂട്ടർ-
ക്കിടർ നൽകി സത്യം വദിക്കുന്ന ധീരൻ
'പകക്കണ്ണുമായിട്ടെതിർക്കാത്തയോധ്യാ-
ധിപൻ തന്റെ പത്നിയെ മോഷ്ടിച്ച കുറ്റം
പൊറുക്കാനശക്തം വിരോധം വളർത്തും
തിരിച്ചേകി മൈഥിലീ ശാപമൊഴിക്ക'
കനിഷ്ഠന്റെ നൽവാക്യമമ്പേ ത്യജിച്ച
ദശാസ്യ ദുഷ്കൃത്യം തിരുത്താത്ത നേരം
ശമത്തോടെ ശാന്തം വിഭീഷണനോതി:
''പൊറുക്കേണമെൻ വാക്കിദം കേട്ടു ലങ്ക
പിളർക്കാതിരിക്കാൻ തിരിച്ചേകു, ഭൂമീ
സുത സീത തന്നെ, നിമിത്തങ്ങൾ കാണൂ,
ജ്വലിക്കുന്നതില്ലഗ്നി, സർപ്പങ്ങൾ ചീറി-
ച്ചരിക്കുന്നുവെങ്ങും, കുറുക്കപ്പടയോരി-
യാർക്കുന്നു ചുറ്റും, ബലിക്കാക്കകൾ ഒച്ച
കൂട്ടുന്നു നിർത്താ, തിനിത്തെറ്റു കാട്ടാ-
തൊഴിക്ക ദുഷ്കൃത്യം, സ്വയം കെട്ടു പോകാ''.
ഗണിച്ചില്ല നിൻ വാക്കിനല്പം വില പി-
ന്നൊടുക്കം പരിത്യക്തനായ് നീയണഞ്ഞു;
രഹസ്യങ്ങൾ തന്ത്രങ്ങൾ തൻ വർഗ നാശ-
ത്തിനായുള്ളതത്രയും നീ ചെയ്തു കൂട്ടി.

ദശഗ്രീവനുള്ള ബലങ്ങൾ, വരങ്ങൾ
സമസ്തവും നിന്നാലറിഞ്ഞു ശ്രീരാമൻ.
സമുദ്രത്തിൽ സേതുയുയർത്തീടാൻ പൂർവ്വ
സഗരന്റെ ബന്ധമുരച്ചതും നീയേ,
മഹാ മാന്ത്രികാസ്ത്രം തുലോം മേഘനാദൻ
തൊടുത്തെങ്ങളെത്താൻ മയക്കിക്കിടത്തേ,
പടക്കൂട്ടമൊന്നായ് രുദിതം മുഴക്കേ
ഭയ സങ്കടാദിയകറ്റിയോൻ നീയേ,
ജയം രാഘവന്നായൊരുക്കിയോൻ നീയേ;
നികുംഭിലാ ചൈത്യത്തിലെ ഹോമ യത്നം
നടന്നാൽ ജയമിന്ദ്രജിത്തിന്നു നൂനം
മുടക്കേണമക്ഷുദ്ര ഹോമം ജവം നിൻ
സ്ഥിത പ്രജ്ഞ തന്നെ ജയത്തിൻ നിദാനം.
കുല നാശകാരി, ബഹുവൊറ്റുകാരൻ,
അധികാര മോഹി, ദശാസ്യന്റെ ശത്രു,
കടുശ്ശാപമേറെ ശ്രവിച്ചു നീയേറ്റം
പെരും ശോക ഭാരം ചുമന്നു നീയേറ്റം
എരിതീയിൽ വീണു പിടഞ്ഞു നീയേറ്റം
വരജന്മമെന്നും വരിക്കും ദുരന്തം.

തന്റെ നിഷ്ഠകൾ പാലിപ്പാൻ

തനിക്കേറ്റം പ്രിയങ്കരം
വെടിയുന്നോർ ഋഷി തുല്യർ
പക്ഷേ ലോകം വിധിച്ചിടും;

പുര കത്തുന്ന നേരത്ത്
കെടുത്തേണ്ടവരോടിയാൽ
രിപുക്കൾക്കു രുചിച്ചീടാം
ജനം പക്ഷേ പഴിച്ചിടും.

രാമൻ നിരാമയൻ തന്നെ
രക്ഷകൻ യാതു നാശകൻ
നിയോഗ കൃത്യം ചെയ്യാൻ
നിർഭയം പൊരുതുന്നവൻ.

രാക്ഷസേശനെ നേരിന്റെ
നെറിവിൻ പാത കാട്ടുവാൻ
കർമ്മമൊന്നും ചെയ്തിടാതെ
ശത്രു പാളയമെത്തിയോൻ

പത്നിയെത്തനിച്ചാക്കിക്കൊ-
ണ്ടെതിർ ചേരിക്കു കുമ്പിടാൻ
ചെറ്റു പോലും മടിയാത്ത
ചിത്തത്തെക്കൊള്ളുവാൻ മടി.

അറിയുന്നേൻ തപത്താൽ നീ
ധർമ തത്വം വരിച്ചവൻ
വിരോധ ഭക്തി കൊള്ളുന്നോൻ
പൗലസ്ത്യനെന്നറിഞ്ഞവൻ;

ഭവിഷ്യജ്ഞാനി കാലത്തിൻ
മിടിപ്പെന്തെന്നറിഞ്ഞവൻ
യമി തുല്യൻ, വഴി തെറ്റി-
മാലിനിക്കു പിറന്നവൻ.

നിനക്കു ഹോമകുംഭത്താ-
ലഭിഷേകം നയിച്ചവൻ

സൗമിത്രിയിവനാണല്ലോ
നീയെൻ പ്രിയ മാനസൻ.

പിരിയുന്നേൻ ഇനി കാണാ-
നരുതാത്തവനെങ്കിലും
നിനക്കു സ്വസ്തി വിഭീഷണാ
ചിരം വാഴുക രാജനായ്.

സാദരം സൗമിത്രി

മയിലുകൾ, പുള്ളിമാനുകൾ, കരിവീരർ,
മുയലുകൾ, കുയിൽ, ചിത്രശലഭങ്ങൾ
സകലരും രിപു ദോഷങ്ങൾ കാട്ടാതെ
മരുവിടും വനഭംഗി നുകരുവാൻ;
മധുവുതിർക്കും വിശുദ്ധ വൃക്ഷങ്ങളും
മധുപമുണ്ണുന്ന മലർ നികുഞ്ജങ്ങളും
കളകളം പാടിടുന്ന പൂഞ്ചോലയും
തുയിലുണർത്തുന്ന വിപിന സൗഗന്ധികം;
ഒരു തവണ കൂടൊന്നു കണ്ടീടുവാൻ
ഹൃദയമെന്തിനോ വ്യഗ്രത കൂട്ടുന്നു.
പുക പരക്കുന്ന വർണ്ണ കുടീരങ്ങൾ
വരമരുളും മുനീന്ദ്രരാം ധന്യരും
വിപിന ദേവതാ രമ്യ നേത്രങ്ങളും
പരമശാന്തിസ്ഥലികളേ, ഗിരികളേ,
ഹൃദയമിന്നും കൊതിക്കുന്നു നിങ്ങൾ തൻ
പരമ പാവനോത്സംഗത്തിൽ ചായുവാൻ.
ഉടജമെത്ര ഞാൻ തീർത്തുവെൻ കൈയാലെ
അഗമമെത്ര നനച്ചു സൂക്ഷിച്ചിവൻ
മിഴികൾ രണ്ടിനുമുത്സവമായ് പൂത്ത
പ്രമദ വനഭംഗി കണ്ടു കൊതി തീർന്നില്ല.
ഭുവന സ്വർഗമായ് പരിലസിക്കും വന-
സരണികൾ നെഞ്ചിലിന്നും തെളിയുന്നു.
സകല സൗഖ്യവും സന്തോഷവും പൊടു-
ന്നനവെയെങ്ങോ മറഞ്ഞു പോയ് രാവണൻ,
പരമ പുണ്യയാമവനീശ്വരിയെ വൻ

ചതിയിലപഹരിച്ചൂ കാമ മോഹിതൻ;
അവിടെ നിന്നും തുടങ്ങുന്നു ദാരുണം
കുടില രാക്ഷസ സംഘർഷ ചരിതവും.
പകൽ മുടിഞ്ഞു പോയ് രാവിൻ ഭയാനക
തിമിര നർത്തന ഘോഷം തുടങ്ങയായ്,
അരുത് ഹൃദയമേ വേണ്ട പോകേണ്ടിനി
രുചിരമാം വിപിന ദൃശ്യങ്ങൾ മാഞ്ഞുപോയ്,
ഭയകരം നഷ്ട ജീവിതം മാത്രമായ്
പിറകിലന്ധത മാത്രം നിറഞ്ഞുപോയ്.

ആരൊടും പരിഭവങ്ങൾ കാട്ടാതെ
ആരവങ്ങൾ കരുതാതെയും
പാരിലുള്ള ബഹു പാപമൊക്കെയും
ധീരമീ ശിരസ്സിലേറ്റിയും;

ഘോര കർബുര കദംബ രോഹിത-
മാരിയിൽ സ്നാനമാടിയും
അന്തമറ്റ തുടർ സംഗരങ്ങളിൽ
ബദ്ധനായി നില കൊണ്ടതും;

ബന്ധപാശമിവ നെഞ്ചിലേറ്റിടാ-

തന്ധതയ്ക്കു വഴി പെട്ടതും,
ഒന്നു മാത്രമുലകിൽ മനത്തിലിവ-
നൊന്നു രാമനാദ്യന്തനായ്.

ഇല്ലയമ്മ സഹധർമിണീ സഹജ-
നൊന്നുമില്ല രഘു രാമനാ-
ണെന്റെ വാക്ക് വഴി, കർമ മോക്ഷവും
സ്വന്തബന്ധമഖിലേശ്വരൻ.

കല്ല്, മുള്ള്, വിപിനാന്തരാളങ്ങ-
ളെന്നുമെന്റെ ശയനഗൃഹം
രാജരാജനജപുത്ര ദശരഥൻ
താതനായിവനിരിക്കിലും;

കാനനം പകർന്നുള്ള കായ്കനികൾ
മാത്രമേ പശി നിവാരണം,
രാമനും മിഥിലജയ്ക്കു മാത്രമായ്
രാവിൽ നിദ്ര, യിവൻ കാവലാൾ;

ഘോരമാം ഗഹന ഗർജ്ജനങ്ങളുടെ
ഘോഷമെന്നുമിവനുത്സവം,
ഇല്ല സ്വന്തമൊരു മോഹ ജീവിതം
തെല്ലു സ്വാർത്ഥമധിചിന്തയും

ഇല്ല ലൗകികാനന്ദ തൃഷ്ണയോ
വല്ലഭാ വിരഹ ദുഃഖമോ,
സങ്കടങ്ങൾ പലതുണ്ട് നെഞ്ചിനക-
മെങ്കിലും ഹൃദയ ബന്ധവും;

സംഗരങ്ങൾ ചിതറുന്ന ശോണിത
രംഗമുണ്ട് ഹൃദി നീറ്റലായ്
എന്നുമെന്നുമുലകിന്റെ ദുഃഖ മഴ
കൊണ്ടു നിൽപ്പതു ദുരന്തമേ;

അന്ധനായി ജനി കൊൾകയാണ് ഹിത-

മന്ധകാരമതി ഹർഷികം
എത്രതന്നെയിഹ വിസ്മരിക്കുവാൻ
അത്രമാത്രമെളുതല്ലയെൻ;

ആത്മ മിത്രർ രണ വീരനാം പ്ലവക
ധീരർ സുഗ്രീവൻ, മാരുതി;
മാറ് കീറി രഘുരാമ രൂപമതു
കാട്ടിയുള്ള പവനാത്മജൻ,

നീയടർത്തിയതി ദിവ്യമൂലികക-
ളുള്ള സാനു കരമേറ്റിയെൻ
മേഘനാദ ബ്രഹ്മാസ്ത്ര ബന്ധന
മോചനത്തിനുള്ളൗഷധി.

സൂര്യ തനയ സുഗ്രീവനും വ്രണിത
ശോകനാം തരുണനംഗദൻ
ത്യാഗമൂർത്തി ബുധജാംബവാൻ നിശിച-
രർക്കു ഭീഷണനതായവൻ;

എത്ര ത്യാഗിവരരർപ്പണത്തിനാൽ
തീർത്തതാണ് ശ്രീരാമനെ
എത്ര നിഷ്ക്കപടരംഗനാമണികൾ
വാർത്തയശ്രു നീർ സാഗരം;

എത്ര സോദരർ ജന്മസ്വപ്നമതു
വ്യർത്ഥമാക്കി രഘുപതീശ്വരൻ
ഒന്നു ചീഞ്ഞ വളമൊന്നിനെന്ന പൊരു-
ളെന്നുമേ നര ചരിത്രമായ്;

ഇന്നുമുണ്ടനിശമി പ്രപഞ്ച ഗതി
വല്ലി പുല്ലു തരു ജാതിയിൽ
മണ്ണ്, പെണ്ണ്, ധനകീർത്തികൾക്കു തൻ
ജന്മമേ നരകമാക്കുവോർ;

വേട്ട പെണ്ണിനെക്കൊന്നു കാഞ്ചന-
ഭൂഷണങ്ങൾ കവരുന്നവർ

നൊന്തു പെറ്റ തന്നമ്മയെത്തെരുവിൽ
കണ്ണുപൂട്ടി നട തള്ളുവോർ;

ചോര വാരുന്ന പെറ്റ കുഞ്ഞിനെ
ദൂരെ വാരിയെറിയുന്നവർ
ഭോഗ തൃഷ്ണകൾ തീർത്തു കൂത്താടാൻ
കാമ പാതകളിലോടുവോർ;

എന്നു വേണ്ടയതി ദുഷ്കൃതം വഴികൾ
തന്നിലേക്കു കുതി കൊള്ളുവോർ
വന്നു വന്നു ധരതന്നിലിന്നു നര-
കാഗ്നിയാക്കി നര ജീവിതം.

രാമനാട്ടെ രജനീചരാധിപ-
നായിടട്ടെയവർ തീർപ്പത്
പാരിടത്തിൽ മനു ജാതിയിൽ സതത-
മേറിയേറി നിറ കൊൾവതും;

നല്ലതിന്റെ തല തല്ലലും അധമ
ജന്മ കൃത്യമലതല്ലലും
തമ്മിലുള്ള തുടർ സംഗരങ്ങളിൽ
വെന്നിടാമുയിർ തുലഞ്ഞിടാം.

കഠിന കോപം പൂണ്ടു പ്രായം മറന്നിവൻ
ഉളറിയ വാക്കുകളൊക്കെ മറന്നവൻ
ചിര വൈരിയെന്നോണമുടവാൾ വലിച്ചൂരി-
യരിയാനൊരുമ്പെട്ട പൈശാച വൃത്തികൾ,
ജനകനെന്നോ ജ്യേഷ്ഠ സഹജനെന്നോ ഭേദ-
മറിയാതെ രോഷാഗ്നി ചിതറു,ന്നപക്വത,
വനിതയെപ്പോലും ക്ഷതപ്പെടുത്തുന്ന ദുഷ്-
കൃതികൾക്കു ലക്ഷ്മണൻ മാപ്പു ചോദിക്കുന്നു.
സുര വന്ദ്യരാമൃഷീന്ദ്രന്മാർ തൻ സംസർഗ-
മിവനെപ്പതുക്കെപ്പതുക്കിപ്പണിതു നൽ-
ക്ഷമയെന്തറിഞ്ഞു മൽ ജീവിതത്തിന്റെയീ
വഴി വരമ്പെത്തവെ യാത്രയ്ക്കു നേരമായ്.
കഠിന പരീക്ഷണ നാളുകൾ നൽകിയ-

യവതാര ജീവിതത്തിരശ്ശീല വീഴുവാൻ
സമയമതേറ്റം കുതിക്കുന്നു ഭീഷണം
സദയം പൊറുക്കുക കാല പ്രവാഹമേ.
അറുകൊലയെത്രയോ ചെയ്തു പോയ് ദാനവ-
ഗളമറുത്തീടാൻ നിയോഗിതനായവൻ
അരുമയായാരെയും പരിഗണിക്കാത്തവൻ
കരുതലിൻ പാഠം പഠിക്കാത്തൊരാലസ്യ-
മിവനോടു കൂടിയൊടുങ്ങുന്നു പാരിതിൽ.
അറിയുന്നു ജീവിതമെന്നതെനിക്കൊരു
അനുസരിക്കുന്ന വിധേയ ശാലാവൃകം;
കുരയിടും ചാടിക്കടിക്കും, മതിയെന്നു
പറയുകിൽ പിൻവലിഞ്ഞുള്ളം വിതുമ്പിടും;
സ്വയമില്ല മൊഴിയുവാൻ മതമൊന്നുമുണ്ടെങ്കിൽ
ദധിമുഖങ്ങൾ പോലെ ദാനവരുയിർത്തിടും;
ഇനിയെന്തു ചൊല്ലുവാൻ വൈകി സമസ്തവും
വിരവിലീ മന്ദന്നു കൈവരാ ചിന്തകൾ;
ഇനിയില്ല നേരവും കാലവും നോക്കാതെ
ലഹരി ബാധിച്ച പോൽ ചിന്തയാം ബുദ്ബുദം.
ഇതു ദേഹമെൻ സ്വന്തമാണെന്ന മൗഢ്യമാ-
ണതു തന്നെ ബന്ധം, നിഹനനം മോക്ഷവും.
പറയുവതെങ്ങനെയാഞ്ജനേയാ നിന്നോ-
ടിവനെന്നുമെന്നും കടപ്പെട്ടതല്ലയോ,
സഹനവും ത്യാഗവും മല ചുമക്കും ശക്തി-
യൊരുമിച്ചവൻ നീ ചിരഞ്ജീവി നിർമലൻ;
തളരില്ല ലക്ഷ്മണൻ തല കുനിക്കയുമില്ല
ഉലകിന്റെ വാതിലാർ കൊട്ടിയടക്കിലും;
ഹൃദയം പറിച്ചാർക്കുമേകിടാമത്രയും
രുധിരവും സ്നേഹവും മാത്രം നിറഞ്ഞതാം.
വിട മാരുതേശനേ; സരമതൻ നാഥനേ,
സഫലമാണീ യാത്ര മതി മതി നിർത്തട്ടെ.

കത്തിയും പ്രഭ ചൊരിഞ്ഞുമെൻ വഴി
മുട്ടിടുന്നുവിനിയൊറ്റയായ്
കെട്ടു പോകുമൊരു മൺ ചെരാതിനടി
പൊട്ടിയെങ്കിലതുപേക്ഷിതം.

ശങ്കരന്നിര മണ്ഡോദരി

ഇരുളിലവ്യക്തമായ് സരയുതൻ കരയിതിൽ
കരയുന്നതാരിവൾ, മണ്ഡോദരി
പൊരുളെന്ത് ധന്യ തപസ്വിനീ വ്രണിത നീ
ചൊരിയുവാൻ ശാപവുമായ് നില്പതോ?
അതികായനെന്നുള്ളയാത്മജാതന്നുടെ
പ്രതിഘാതനം ചെയ്ത പ്രതിനായകൻ
അരുമയാം പുത്രൻ പിറന്നതുമിടി രടിത-
മുയരെ മുഴക്കിയൊരിന്ദ്രജിത്തെ,
സുരനാഥനെപ്പോലും ബന്ധിച്ച വീരനെ-
യറു കൊല ചെയ്തയീ ലക്ഷ്മണന്റെ-
യുയിരെടുക്കാനിരുൾ തീരത്തുയേകയായ്
പകമൂത്തു നിൽക്കുകയാണോയിവൾ?
കുലധർമ്മചാരിണീ പ്രിയനിഷ്ട ഭാഷിണീ
പരദാര മോഹിതനായ പതിതൻ,
ജ്വലിത കാമാഗ്നിയിൽ വെന്തു പോം സീതയെ
വിടുവിച്ച വാത്സല്യ മൂർത്തിയാം നീ.
ഇവളല്ലയോ തീവ്ര ദുഃഖിത, ശങ്കര-
ന്നിര മുന്നം, മധുരയെന്നപ്സര സ്ത്രീ;
ശിവനിൽ നിന്നും ഗർഭവാഹകയായവൾ,
അനഘയുടെ ശാപത്താൽ മണ്ഡൂകമായ്.
ഒരു വ്യാഴവട്ടത്തിലുദപാനമാണ്ടവൾ
നിശിചര രാജന്റെ പ്രിയയായവൾ;
'അരുതരുതു ജാനകിയേറ്റം പതിവ്രത'-
യവളെ സ്പർശിച്ചാലെരിഞ്ഞിടുമെ-

ന്നതി നൊമ്പരത്താൽ പ്രിയതമൻ തന്നിടം
പല കുറിച്ചൊന്നവൾ നിർമ്മലേ നീ;
പാൽ വറ്റി വരളും പശുവിനെപ്പോലെയോ
ഫലമിലകൾ വീണ പാഴ്മരമതു പോലെയോ
പൊട്ടിത്തകർന്ന മൺപാത്രമതു പോലെയോ
വഴി തെറ്റിയൊഴുകുന്ന രക്ത നദി പോലെയോ
ഇടിമിന്നലേറ്റ പോൽ നിൽപ്പൂ നീയിവനുടയ
കുടിലതയ്ക്കുള്ള കണക്കു തീർത്തീടുവാൻ.
മിഴി രണ്ടുമെന്തേ തെളിച്ചം കുറഞ്ഞുവോ
ഇരുളും വെളിച്ചവും കൊത്തിയുടയുന്നുവോ
അന്ത്യകാലങ്ങളിൽ ജ്ഞാനതേജസ്സുകൾ
മങ്ങുന്നു മായുന്നുവെന്തനിത്യം?
ഇവളെന്തിനായ് നില്പ്പൂ, പകയല്ല പ്രതികാര-
മതുമല്ല ഗൂഢമാമേതു ലക്ഷ്യം?
മലർ വനിക പകരുന്നതെന്തു ദുർഗന്ധമോ?
ചന്ദ്രബിംബത്തിൽ ചിലന്തി വല കെട്ടിയോ?
തല കറങ്ങുന്നുവോ, ദേഹം തണുത്തുവോ,
മിഴികൾ രണ്ടിൽ നിന്നുമശ്രു നീരൊഴുകിയോ,
മൂർധാവിൽ നിന്നും പുകക്കൊള്ളി പൊങ്ങിയോ?
ഭുവനം കറങ്ങുന്നു ചെറ്റിരിക്കട്ടിവൻ.
പാരം വിഭ്രമമന്ധകാര ജടിലം

ദാത്യൂഹ കേളീരവം
ഘോരം രാക്ഷസ പോർവിളിക്കുമിടയിൽ
നോവാർന്ന രുദിത സ്വനം
നിവൃതം പത്തി വിരുത്തിടുന്നു ഭുജഗം
സീൽക്കാര നിസ്വാനവും
ക്രൂരം സങ്കുലമാർന്നിടുന്നു ഭയകരം
ആസന്നമായത്യയം.

പുത്രപർവം

അമിത്ര വീരർ മുന്നിലെ-
ക്കരുത്തനായ കേസരി
അണഞ്ഞു കുമ്പിടുന്നവർ-
ക്കുദാരനായ വത്സലൻ
അജയ്യനായ വീര്യവാൻ
കുലീനനായ പാർത്ഥിവൻ
അതുല്യനായ നായക-
നിവന്റെ പുത്രനംഗദൻ.
അനന്ത ധൈര്യശാലി യജ്ഞ-
വാജിതന്റെ രക്ഷകൻ
അടുത്ത പുത്രൻ ചന്ദ്രകേതു
ചന്ദ്രകാന്ത ഭൂപതി
അടുപ്പവർക്കു മംഗളം
പകർന്നിടും ശുഭപ്രദൻ
അകന്നവർക്കു നിത്യനാശ-
മേകിടുന്നയന്ധകർ;
ഇഹത്തിലഗ്നി, വായു, മേഘ
ശൈലമോടെതിർപ്പവർ
അവർക്കു ജന്മ ദായക-
നിവനദൃഷ്ടശാലി താൻ.
അഘത്തിൽ മുങ്ങിയെങ്കിലു-
മിവൻ പതിത്തമാർന്നിടാ
ശപിക്ക വേണ്ട ചെറ്റുമേ
സ്മരിക്ക വേണ്ട നോവുകൾ

മഹത്വമാർന്നയാത്മജർക്കു
ജന്മമേകിയോൻ പുമാൻ.
അതൊക്കെ നേരു തന്നെയെ-
ന്നിരിക്കിലും മനം സദാ
പുകഞ്ഞു കത്തിടുന്നു താത-
ധർമ ലംഘനത്തിനാൽ
ഒരിക്കലെങ്കിലും പകർന്ന-
തില്ല സ്നേഹ സാന്ത്വനം,
അണച്ചതില്ല കരുതലില്ല
കേളിയാടിയില്ല നാം,
മനസ്സിനിഷ്ടമായതല്പ-
മേകിയില്ല മക്കളോ-
ടുരച്ചതില്ലയൻപിനാൽ
കുളിർത്ത നല്ല വാക്കുകൾ.
പ്രിയത്തിലുള്ള ശൈല വന്യ
കുല്യ പൂവനങ്ങളിൽ
ഒരിക്കലെങ്കിലമ്മയൊപ്പം
ചേർന്നു പോയതില്ല നാം;
കടുത്ത സങ്കടങ്ങളിൽ
വരണ്ട സ്നേഹ ചിത്യയിൽ
വളർന്ന താതബന്ധമറ്റു-

യർന്ന ധീര നായകർ.
ഇണയ്ക്കു ശേഷമോടിടുന്ന
മൂർഖനെക്കണക്കിൽ ഞാൻ
തിരിഞ്ഞു നോക്കിയില്ലയാത്മ-
ജർക്കു സൗഖ്യമേകിയി-
ല്ലവർക്കു വേണ്ടതൊന്നുമേ
യൊരുക്കിടാത്ത പാപിയാ-
മിവന്നു പിണ്ടമേകുവാൻ
മറുക്കുകിൽ ശരിപ്പെടും.
ഉരത്ത കാടിവന്നു വീട്,
സായകം കളത്രവും
പെരുത്ത വന്യ ജീവി തന്റെ
ഗർജ്ജനങ്ങൾ ഗാനവും,
മനസ്സിനുള്ളിലെന്നുമേ
തിളച്ചിടുന്ന ക്രോധവും,
വിപക്ഷ വീരരെത്തകർക്കു-
വാൻ വളർത്തും വീര്യവും,
വിഭിന്ന ചിന്തയില്ലിവന്നു
ജായ, പുത്രരൊന്നുമേ
എരിഞ്ഞിടുന്ന ലങ്ക പോലെ-
യായിവന്റെ നെഞ്ചകം.
വെറുത്തിടൊല്ല നിങ്ങളെൻ
ചരിത്രമോർത്തു പിന്നെയോ
ഹസിച്ചിടൊല്ല, കുല്യയിൽ
കുടുങ്ങിടും പ്ലവം കണ-
ക്കൊഴുക്കിനൊപ്പമേങ്ങിയും
വലിഞ്ഞിദം ഗമിച്ചവൻ;
മറന്നുപോയ മർത്ത്യ ജന്മ-
മിപ്പൊഴേയുടയ്ക്കുവാൻ
ശ്രമിച്ചിടും നിരർത്ഥതയ്ക്കു
പേരു തന്നെ ലക്ഷ്മണൻ.
പിഴച്ചു പോയ ജന്മമെങ്കി-
ലും വെറുത്തിടായ്കയീ
ജഗത്തിൽ നിന്നുമിക്ഷണം
കുതിച്ചിടട്ടെ മക്കളേ...

മണി മുഴങ്ങുന്നു വാനവർ കോവിലിൽ
മണി മുഴങ്ങുന്നുയിവനെ വിളിക്കയായ്
ഒരു കപോതമായ് ചിറകൊടിഞ്ഞൊടുവിലീ-
യുപവനത്തിൽ പിടഞ്ഞൊടുങ്ങീടണം,
ഒരു ചെറു പരൽ മീനു പോൽ വഴുതിയെ-
ന്നുയിരടങ്ങി മലർന്നു നിലയ്ക്കണം,
ധരയിലൊറ്റയാനായ് തപിച്ചെന്റെയീ
ഹൃദയ പുഷ്പം പറിച്ചു നേദിക്കട്ടെ,
ഒടുവിലത്തെ രണഭേരി കേട്ടിവൻ
സമര സജ്ജനായ് പടിയിറങ്ങീടട്ടെ,
ഇവിടെ സൗമിത്രി തന്റെയീ ജീവിതം
അലയൊടുങ്ങാത്ത കടലെന്നതറിയണം.
അരമനയിലെയേകാന്ത നാഴിക
പകരുമൂർമിളാ സംഗീതമാകുക.
ഇടറിടുന്നയെൻ ഗാനം നിലയ്ക്കുവാൻ
സമയമായ് മണി നാദം മുഴങ്ങുന്നു;
സുകൃത സാന്നിധ്യ സാര സർവസ്വമാം
തനയരോടിന്നെന്നന്ത്യയാത്രാ മൊഴി.
പ്രിയ സുതർ നിങ്ങളറിയുക ജീവിതം
മരണമാകുന്നനുക്രമ യാത്ര താൻ.
സകല വീര്യ ശൗര്യാദികളൊക്കെയും
അഴകെഴുന്ന ശരീരവുമർത്ഥവും,
മധുരമൂറും പ്രലോഭന ബന്ധവും,
ക്ഷണികമെന്നുള്ളതറിയുവാൻ വൈകിയോൻ;
പടവിറങ്ങട്ടെ സാമ്യമില്ലാത്തതാം
മരണ ലാവണ്യ തീരം വിളിക്കുന്നു.

കാരുണ്യതീർത്ഥം

സരയുവാം സരിത്തേ മമ ജീവിത-
വഴിയിലെന്നും കുളിർമ പകർന്നു നീ
അരിയ കോസല രാജ്യത്തിനൈശ്വര്യ-
മരുളുവാനായൊഴുകിടും കരുണ നീ.
മനുകുലത്തിൻ യശസ്സിന്റെ ഹേതുവായ്
മൃദുല സുസ്മിതത്താലെ യൊഴുകുവോൾ,
സകല പാപങ്ങൾ കഴുകിടും തീർത്ഥമായ്
ശുഭദയായിപ്പരിലസിക്കുന്നവൾ,
ത്രിപദഗാഴി തൻ നിർമ്മല ശാഖയായ്
രഘുപതീ പുര ശ്രേയസ്സു തീർപ്പവൾ,
ദുരിത ദുഃഖങ്ങളുത്സവ മോദങ്ങൾ
ഭരിത ഹോമങ്ങൾ സജ്ജനസംഗമം
സകല സാക്ഷിയാം സ്വച്ഛസ്രോതസ്വിനി
സ്വജനമെന്ന പോൽ മരുവും പ്രവാഹിനി.
ദശരഥൻ തന്റെ പുത്രർക്കു പോറ്റമ്മ
കഥകളോതിത്തരുന്ന സുഭാഷിണി
ഇരുൾ വെളിച്ചങ്ങൾ മേൽക്കുമേൽ ഞങ്ങൾക്കു
വരവറിയിച്ച പുണ്യ പയസ്വിനി.
അറിയുക സുമിത്രാത്മജൻ ലക്ഷ്മണൻ
ചിര തിരസ്കൃതൻ പോരുന്നു നിന്നിടം,
നൃപ നിദേശമുല്ലംഘിച്ച തെറ്റിനു
മൃതിവരിക്കുവാൻ പോരികയാണിവൻ.
സകല സാക്ഷിയാം സൂര്യനും രാമനും
സരഭസം മുഖം തെറ്റിക്കയാണവർ,
കഠിന പാപങ്ങൾ ചെയ്ത കഠോരന്റെ

കഥ മുടിക്കുവാൻ കാലം കയർക്കുന്നു.
രഘുപുരത്തിന്റെ നാഡി നീയാണെന്ന
പൊരുളിവന്നന്തരംഗം തുടിക്കുന്നു.
വിടപമന്യോന്യമുരസിയുതിർക്കുന്ന-
യനലനാലെ സ്വയം ചാമ്പലാകുന്ന-
തറിയുമിന്നിവൻ രാവുവന്നെത്തവേ
ഒളി വളരുന്നതുണ്ടാം വിവേകവും.
അരിയ കുഞ്ഞോളമായ് വന്നു നീയെന്റെ-
അഴലുടൽ നിൻ മടിത്തട്ടിലേറ്റുക,
അഭയമെന്നുമൊരമ്മ പോൽ ബാല്യത്തിൽ
അരുളിയ പോയ നാൾകളോർക്കുന്നിവൻ,
മൃദുലമാം നിന്റെയോള വിരൽകളാൽ
തഴുകിയ സ്നേഹ ലാളനമോർപ്പു ഞാൻ,
അതു സമം മാത്രമെന്നെ നിൻ മാറിനോ-
ടണയുവാനിവന്നേകൂ, സ്തന്യാമൃതം.
ക്ഷിതിയിലീയുള്ളവന്നായ് വിരോധിച്ച
സുഖ സുഷുപ്തിയും സ്വപ്ന രാഗങ്ങളും,
സരള സൗഭാഗ്യ സാര സർവ്വസ്വവും
സകല പേർക്കും കനിഞ്ഞരുളേണമേ.
കദന ജീവിത പാതയിലെന്നുമെൻ

വഴി തെളിച്ച മൽ മാതൃപാദങ്ങളേ,
തനുജ ശോകനായമരനാം താതനേ,
സുകൃതമായുള്ള ഗുരുവാം വസിഷ്ഠനേ,
ഉടലെടുത്ത വാത്സല്യം സുമന്ത്രരേ,
സകല സാക്ഷിയാമാദിത്യ ദേവനേ,
സകല ലോക സംരക്ഷകാ രാഘവാ,
സദയമെന്നെയിനി യാത്രയാക്കീടണേ...
സരയുവൻപാൽ വിളിക്കുന്നിതാ... വിട...

വാനം ഭീതിതമന്ധകാര നിബിഡം
കാറിൽ കുളിച്ചീറനായ്
ശാഖീ പംക്തി നികുഞ്ജമഖിലം
വർഷിച്ചു പുഷ്പാശ്രുവും,
പാരം സങ്കട ഭാവമാർന്നു പവനൻ
ശോകാർദ്ര ഗാനം പകർ-
ന്നീടേ വാനവർ മേഘനാദ സഹിതം
എതിരേറ്റു സൗമിത്രിയെ.

www.ingramcontent.com/pod-product-compliance
Lightning Source LLC
LaVergne TN
LVHW040827051026
849519LV00007BA/2768
* 9 7 8 9 3 4 9 7 2 7 9 4 6 *